Thiên đường lựu

Một bộ sưu tập các công thức nấu ăn ngon với lựu đóng gói năng lượng. Khám phá tính linh hoạt của siêu thực phẩm này với hơn 100 món ngọt và mặn để đáp ứng khẩu vị của bạn

Sa Hằng

MỤC LỤC

GIỚI THIỆU

Lựu là một loại siêu thực phẩm chứa nhiều chất chống oxy hóa, vitamin và khoáng chất, và đã được sử dụng trong nhiều thế kỷ ở các nền văn hóa khác nhau vì lợi ích sức khỏe của chúng. Nhưng bạn có biết rằng loại trái cây này cũng cực kỳ linh hoạt trong nhà bếp? Từ món ngọt đến món mặn, lớp màng mọng nước và nước ép thơm của quả lựu có thể tăng thêm hương vị và dinh dưỡng cho bất kỳ món ăn nào.

Cuốn sách nấu ăn này có hơn 100 công thức nấu ăn thể hiện hương vị và dinh dưỡng độc đáo của quả lựu, từ món salad và sinh tố tươi mát đến món tráng miệng và cocktail hấp dẫn. Khám phá những cách mới để sử dụng mật mía, nước ép, màng hạt và hạt lựu trong nấu ăn của bạn, đồng thời tìm hiểu về lịch sử và lợi ích sức khỏe của loại quả này.

Cho dù bạn là người đam mê lựu hay chỉ đơn giản là muốn kết hợp nhiều thực phẩm có nguồn gốc thực vật hơn vào chế độ ăn uống của mình, cuốn sách nấu ăn này sẽ truyền cảm hứng cho bạn sáng tạo trong nhà bếp và khám phá nhiều hương vị cũng như lợi ích của loại trái cây đặc biệt này. Hãy sẵn sàng để thêm chút "bật" vào bữa ăn của bạn với các công thức nấu ăn ngon trong Sách dạy nấu ăn từ quả lựu này.

BỮA SÁNG

1. Flower Power Brazil Açaí Bowl

Làm cho: 1

THÀNH PHẦN

DÀNH CHO NGƯỜI AÇAÍ

- 200g acai đông lạnh
- ½ quả chuối, đông lạnh
- 100ml nước dừa hoặc sữa hạnh nhân

TOPPING

- Yến mạch cán nhỏ
- hoa ăn được
- ½ quả chuối, xắt nhỏ
- ½ thìa mật ong nguyên chất
- Những hạt lựu
- dừa nạo
- Hạt hồ trăn

HƯỚNG DẪN:

a) Đơn giản chỉ cần thêm quả acai và chuối của bạn vào máy xay thực phẩm hoặc máy xay sinh tố và trộn cho đến khi mịn.

b) Tùy thuộc vào mức độ mạnh mẽ của máy, bạn có thể phải thêm một chút chất lỏng để làm cho nó có dạng kem. Bắt đầu với 100ml và thêm nhiều hơn nếu cần.

c) Đổ ra bát, thêm toppings và thưởng thức!

2. bột yến mạch lựu

Làm cho: 2

THÀNH PHẦN
- 1 chén yến mạch thường
- 2 Ly sữa hạnh nhân
- ¼ muỗng cà phê chiết xuất vani
- 6 muỗng canh hạt lựu
- ¼ muỗng cà phê bột quế
- Mưa phùn maple syrup

HƯỚNG DẪN:
a) Đun sôi sữa hạnh nhân.
b) Thêm yến mạch, khuấy đều và giảm nhiệt xuống nhiệt độ trung bình thấp.
c) Nấu trong 5 đến 10 phút.
d) Khuấy vani và quế.
e) Phục vụ trong 2 bát.
f) Trên cùng với ariels lựu và một giọt xi-rô cây thích.

3. Bánh mì nướng hạt lựu-hạnh nhân

Làm cho: 2

THÀNH PHẦN
- 2 muỗng canh bơ hạnh nhân
- 2 lát bánh mì ngũ cốc nguyên hạt, nướng
- 3 muỗng canh hạt lựu
- 2 muỗng cà phê hạt bí ngô nướng, muối nhẹ
- 1 muỗng cà phê xi-rô cây phong nguyên chất

HƯỚNG DẪN:

a) Phết 1 thìa bơ hạnh nhân lên mỗi miếng bánh mì nướng.

b) Trên cùng với hạt lựu và pepitas. Mưa phùn với xi-rô, nếu muốn.

4. Pancake chuối lựu

Làm cho: 2 phần ăn

THÀNH PHẦN
- 100g yến mạch
- 100g hạt lựu
- 1 quả chuối chín
- 1 quả trứng
- ½ muỗng cà phê bột nở
- nhúm muối
- Chiết xuất vani Dash
- Để nấu dầu dừa

HƯỚNG DẪN:
a) Để làm bột bánh pancake, hãy kết hợp tất cả các nguyên liệu ngoài hạt lựu và dầu dừa trong máy xay sinh tố Ninja của bạn và xay nhuyễn để tạo ra một hỗn hợp bột mịn.

b) Đun nóng một ít dầu dừa trong chảo chống dính và để lửa vừa.

c) Đổ một ít hỗn hợp vào và rắc một vài hạt lựu và nấu cho đến khi bong bóng bắt đầu xuất hiện trên bề mặt. Lặp lại điều này cho hỗn hợp còn lại.

d) Xếp bánh kếp của bạn và thêm tất cả các lớp trên bề mặt yêu thích của bạn.

5. Parfait ăn sáng lựu việt quất

Làm cho: 1

THÀNH PHẦN
- Sữa chua Hy Lạp không béo
- Em yêu
- quả việt quất
- Những hạt lựu
- Yến mạch cán nhỏ

HƯỚNG DẪN:

a) Rưới một chút mật ong vào cốc hoặc bát mà bạn sẽ phục vụ món parfaits nếu bạn muốn mật ong nổi rõ bên ngoài.

b) Thêm một thìa sữa chua và rắc một ít quả việt quất, hạt lựu và một thìa granola lên trên.

c) Thêm một thìa sữa chua khác, phủ thêm một giọt mật ong lên trên và phủ thêm quả việt quất, hạt lựu và granola lên trên. Bạn có thể xếp lớp nhiều lần nếu cần để lấp đầy đĩa phục vụ của mình.

d) Phục vụ ngay lập tức hoặc giữ lạnh cho đến khi sẵn sàng để ăn.

6. Bột yến mạch nhung đỏ

Làm cho: 6

THÀNH PHẦN
- 1 ½ chén yến mạch cán mỏng
- 1 cốc bơ sữa
- 2 ½ cốc sữa
- 2 muỗng canh đường
- 1 ½ muỗng canh bột ca cao
- ¼ muỗng cà phê muối
- 2 đến 3 giọt màu thực phẩm đỏ
- 1 muỗng cà phê chiết xuất vani

TOPPING
- hạt lựu
- sô cô la miếng
- Trái cây tự chọn
- quả hạch

HƯỚNG DẪN
a) Cho sữa, đường, muối, chiết xuất vani và bột ca cao vào nồi
b) Trộn và vặn lửa ở mức trung bình.
c) Thêm yến mạch vào hỗn hợp sữa-ca cao.
d) Thêm màu thực phẩm và nấu trên lửa vừa cho đến khi chín hoàn toàn.
e) Mất khoảng 6 phút để nấu chín hoàn toàn. Khuấy liên tục để tránh bị cháy.
f) Phục vụ với nhiều sữa hơn, và toppings tùy chọn.

7. Cháo quinoa rau dền

làm cho 1

THÀNH PHẦN

- 85g diêm mạch
- 70 g rau dền.
- 460ml nước
- 115ml sữa đậu nành không đường
- 1/2 muỗng cà phê bột vani
- 15 g bơ hạnh nhân
- 30 ml xi-rô phong nguyên chất
- 10 g hạt bí ngô sống
- 10 g hạt lựu

HƯỚNG DẪN

a)   Kết hợp quinoa, rau dền và nước trong một bát trộn.

b)   Trên lửa vừa cao, đun sôi.

c)   Giảm nhiệt xuống thấp và nấu ngũ cốc trong 20 phút, khuấy thường xuyên. Thêm sữa và xi-rô cây thích.

d)   Nấu trong 6-7 phút ở nhiệt độ thấp. Tắt bếp và trộn bơ hạnh nhân và chiết xuất vani.

e)   Trang trí với hạt lựu và hạt bí ngô.

8. Bát ăn sáng lựu và Freekeh Tabbouleh

Máy chủ 4

- ¾ cốc (125 g) freekeh nứt
- 2 cốc (470 ml) nước
- Muối biển mịn và hạt tiêu đen mới xay
- 1 quả táo giòn, bỏ lõi và thái hạt lựu, chia
- 1 cốc (120 g) hạt lựu
- ½ cốc (24 g) bạc hà tươi xắt nhỏ
- 1 muỗng canh (15 ml) dầu ô liu nguyên chất
- 1½ thìa canh (23 ml) nước hoa cam
- 2 cốc (480 g) sữa chua Hy Lạp nguyên chất
- Hạnh nhân rang không muối, xắt nhỏ

1   Kết hợp freekeh, nước và một chút muối trong một cái chảo vừa.Đun sôi, sau đó giảm nhiệt xuống thấp và đun nhỏ lửa trong 15 phút, thỉnh thoảng khuấy, cho đến khi tất cả chất lỏng được hấp thụ hết và freekeh mềm. Lấy ra khỏi bếp, đậy nắp và hấp trong khoảng 5 phút. Chuyển freekeh vào một cái bát và để nguội hoàn toàn.

2   Thêm một nửa quả táo và quả lựu, bạc hà, dầu ô liu và một vài hạt tiêu xay vào freekeh và khuấy đều để kết hợp.

3   Khuấy nước hoa cam vào sữa chua cho đến khi kết hợp tốt.

4   Để phục vụ, hãy chiafreekeh giữa các bát. Cho sữa chua có mùi cam, táo còn lại và hạnh nhân lên trên.

9. Bát ăn sáng bí đỏ mùa đông Maple-Masala

Máy chủ 4

- 2 quả bí vừa
- 4 thìa cà phê (20 g) dầu dừa
- 1 muỗng canh (15 ml) xi-rô phong hoặc đường nâu
- 1 thìa cà phê (2 g) garam masala
- Muối biển tốt
- 2 cốc (480 g) sữa chua Hy Lạp nguyên chất
- Yến mạch cán nhỏ
- quả Goji
- hạt lựu
- Hồ đào xắt nhỏ
- Hạt bí ngô nướng
- bơ hạt
- Hạt giống cây gai dầu

1 Làm nóng lò ở nhiệt độ 375°F (190°C, hoặc gas mark 5).

2 Cắt bí làm đôitừ thân đến đáy. Vớt ra và bỏ hạt. Chải thịt của mỗi nửa bằng dầu và xi-rô cây phong, sau đó rắc garam masala và một chút muối biển. Đặt bí trên một tấm nướng có viền cắt xuống. Nướng cho đến khi mềm, 35 đến 40 phút.

3 Lật quả bí lại và để nguội một chút.

4 Để phục vụ, đổ đầy sữa chua và granola vào mỗi nửa quả bí. Rắc quả goji, hạt lựu, quả hồ đào và hạt bí ngô lên trên, rắc bơ hạt và rắc hạt gai dầu lên trên

món khai vị

10. Nigiri bơ và lựu

Thực hiện: 7 phần ăn

THÀNH PHẦN

- 1½ chén cơm Sushi truyền thống
- 1 muỗng canh mật lựu
- 1 muỗng cà phê sốt Ponzu
- ½ quả bơ, cắt thành 16 lát mỏng
- 1 tờ nori
- 2 muỗng cà phê hạt lựu

HƯỚNG DẪN:

a) Khuấy đều mật lựu và nước sốt Ponzu trong một cái bát.

b) Nhúng đầu ngón tay vào nước và vẩy một ít lên lòng bàn tay.

c) Bóp một viên Cơm Sushi đã chuẩn bị có kích thước bằng quả óc chó, khoảng 2 muỗng canh, trong tay của bạn để tạo thành một lớp cơm hình chữ nhật gọn gàng.

d) Cắt 8 dải theo chiều ngang từ tấm nori.

e) Dự trữ nori còn lại để sử dụng khác. Đặt 2 lát bơ lên trên mỗi luống cơm.

f) Cố định chúng vào vị trí bằng dải nori.

g) Để phục vụ, sắp xếp các miếng trên một món ăn phục vụ.

h) Thìa một ít hỗn hợp lựu trên mỗi miếng và phủ một vài hạt lựu lên trên.

11. Blinis đậu xanh với hạt mù tạt

Làm cho: 2

THÀNH PHẦN

Blinis

- 1 chén bột đậu xanh
- 1 quả trứng
- ½ cốc nước
- 1 muỗng canh dầu ô liu
- 1 muỗng cà phê muối
- 2 củ hành xanh, xắt nhỏ

KEM BƠ PHÔ MAI

- 2 muỗng canh pho mát kem không béo
- ½ quả bơ
- 1 củ hành lá, xắt nhỏ
- 1 muỗng cà phê muối
- Nước cốt của ½ quả chanh

TOPPING

- 1 nắm mù tạt xanh
- Trái bơ
- phô mai Thụy Sĩ
- Những hạt lựu

HƯỚNG DẪN:

a) Để làm bánh blinis, đánh 1 quả trứng, ½ cốc nước, hành lá xắt nhỏ và dầu ô liu trong một cái bát trộn.

b) Kết hợp bột đậu xanh, muối và hạt tiêu trong một bát riêng. Thêm hỗn hợp ướt và đánh cho đến khi nó được kết hợp hoàn toàn.

c) Đổ 2 muỗng canh hỗn hợp vào giữa chảo chống dính và đun nóng ở nhiệt độ trung bình cao. Để ít nhất 5 phút để hỗn hợp đông lại thành bánh kếp hoặc bánh blinis trước khi lật lại.

d) Lật nó lại và nấu thêm 3 phút nữa cho đến khi nó đông lại và có bong bóng nhỏ nổi lên trên mặt.

e) Kết hợp các thành phần pho mát kem bơ trong một bát trộn.

f) Để phục vụ, phết pho mát kem bơ lên 1 chiếc bánh blini và phủ mù tạt vi xanh và hạt lựu lên trên.

12. Chaat lựu

Làm cho: 3 cốc

THÀNH PHẦN
- 2 quả lựu, bỏ hạt
- 1 muỗng cà phê muối đen

HƯỚNG DẪN:
a) Trộn mọi thứ.
b) Thưởng thức.

13. Món khai vị hạt lựu Pecan

Làm cho: 6

THÀNH PHẦN
- 8 ounce pho mát kem mềm
- ½ chén màng hạt lựu
- ½ chén hồ đào nướng và xắt nhỏ
- 1 muỗng canh hương thảo tươi xắt nhỏ
- ¼ cốc mật ong

HƯỚNG DẪN
a) Thêm pho mát kem mềm vào một món ăn phục vụ.

b) Rắc hạt lựu, hồ đào và hương thảo tươi.

c) Mưa phùn với mật ong.

d) Phục vụ với bánh quy giòn, lát bánh mì nướng hoặc lát táo.

14. Hành tây nhồi

Làm: KHOẢNG 16 CÂY HÀNH TẠO

THÀNH PHẦN

- 4 củ hành lớn (tổng cộng 2 lb / 900 g, đã bóc vỏ) khoảng 1⅓ cốc / 400 ml nước dùng rau củ
- 1½ muỗng canh mật lựu
- muối và hạt tiêu đen mới xay
- HỖN HỢP
- 1½ muỗng canh dầu ô liu
- 1 chén / 150 g hẹ thái nhỏ
- ½ chén / 100 g gạo hạt ngắn
- ¼ cốc / 35 g hạt thông, nghiền nhỏ
- 2 muỗng canh bạc hà tươi xắt nhỏ
- 2 muỗng canh rau mùi tây lá phẳng
- 2 muỗng cà phê bạc hà khô
- 1 muỗng cà phê thì là
- ⅛ muỗng cà phê đinh hương xay
- ¼ muỗng cà phê tiêu xay
- ¾ muỗng cà phê muối
- ½ muỗng cà phê tiêu đen mới xay
- 4 lát chanh (tùy chọn)

HƯỚNG DẪN

a) Gọt vỏ và cắt khoảng ¼ inch / 0,5 cm phần ngọn và đuôi của củ hành tây, cho củ hành tây đã tỉa vào một cái chảo lớn với nhiều nước, đun sôi và nấu trong 15 phút. Xả và đặt sang một bên để làm mát.

b) Để chuẩn bị nhồi, làm nóng dầu ô liu trong chảo vừa trên lửa vừa và cao và thêm hẹ tây. Xào trong 8 phút, khuấy thường xuyên, sau đó thêm tất cả các thành phần còn lại trừ chanh. Vặn lửa nhỏ và tiếp tục nấu và khuấy trong 10 phút.

c) Dùng một con dao nhỏ rạch một đường dài từ trên xuống dưới của củ hành, chạy dọc vào tâm sao cho mỗi lớp hành chỉ có một đường rạch xuyên qua. Bắt đầu nhẹ nhàng tách các lớp hành tây lần lượt cho đến khi chạm đến phần lõi. Đừng lo lắng nếu một số lớp bị rách một chút do bong tróc; bạn vẫn có thể sử dụng chúng.

d) Giữ một lớp hành tây trong một bàn tay khum và múc khoảng 1 muỗng canh hỗn hợp gạo vào một nửa củ hành tây, đặt phần nhân gần một đầu của lỗ. Đừng bị cám dỗ để lấp đầy nó nhiều hơn, vì nó cần phải được bọc đẹp và vừa vặn. Gấp mặt trống của củ hành tây lên trên mặt nhồi thịt và cuộn chặt lại để cơm được phủ một vài lớp hành tây và không có không khí ở giữa. Đặt vào một cái chảo vừa có nắp đậy, mặt có đường may úp xuống và tiếp tục với hỗn hợp hành và gạo còn lại. Đặt hành tây cạnh nhau trong chảo để không có khoảng trống để di chuyển. Điền vào bất kỳ khoảng trống nào với các phần của hành tây chưa được nhồi. Thêm lượng nước vừa đủ sao cho ngập 3/4 hành tây, cùng với mật đường hạt lựu và nêm ¼ thìa cà phê muối.

e) Đậy nắp chảo và nấu trên lửa nhỏ nhất có thể trong 1 tiếng rưỡi đến 2 giờ, cho đến khi chất lỏng bay hơi hết. Phục vụ ấm hoặc ở nhiệt độ phòng, với chanh nếu bạn thích.

15. Kebab cá & bạch hoa với cà tím cháy và chanh ngâm

Nhà sản xuất: 12 KEBABS

THÀNH PHẦN
- 2 quả cà tím vừa (tổng cộng khoảng 1⅔ lb / 750 g)
- 2 muỗng canh sữa chua Hy Lạp
- 1 tép tỏi, nghiền nát
- 2 muỗng canh rau mùi tây lá phẳng
- khoảng 2 muỗng canh dầu hướng dương, để chiên
- 2 muỗng cà phêChanh ngâm nhanh
- muối và hạt tiêu đen mới xay
- KEBAB CÁ
- 14 oz / 400 g cá tuyết chấm đen hoặc bất kỳ loại phi lê cá trắng nào khác, đã loại bỏ da và xương ghim
- ½ cốc / 30 g vụn bánh mì tươi
- ½ quả trứng thả rông lớn, bị đánh tan
- 2½ muỗng canh / 20 g nụ bạch hoa, xắt nhỏ
- ⅔ oz / 20 g thì là, xắt nhỏ
- 2 củ hành xanh, thái nhỏ
- nạo vỏ của 1 quả chanh
- 1 muỗng canh nước cốt chanh tươi
- ¾ muỗng cà phê thì là
- ½ muỗng cà phê bột nghệ
- ½ muỗng cà phê muối
- ¼ muỗng cà phê tiêu trắng xay

HƯỚNG DẪN
a) Bắt đầu với cà tím. Đốt, gọt vỏ và để ráo thịt cà tím theo hướng dẫn trongCà tím cháy với tỏi, chanh và hạt lựucông thức. Sau khi ráo nước, băm nhỏ thịt và cho vào tô trộn. Thêm sữa chua, tỏi, rau mùi tây, 1 thìa cà phê muối và nhiều hạt tiêu đen. Để qua một bên.

b) Cắt cá thành những lát rất mỏng, chỉ dày khoảng ⅛ inch / 2 mm. Cắt các lát thành những viên xúc xắc nhỏ và cho vào một bát trộn vừa. Thêm các thành phần còn lại và khuấy đều. Làm ẩm tay và nặn hỗn hợp thành 12 miếng chả hoặc ngón tay, khoảng

1½ oz / 45 g mỗi miếng. Xếp ra đĩa, dùng màng bọc thực phẩm bọc lại và để trong tủ lạnh ít nhất 30 phút.

c) Đổ đủ dầu vào chảo để tạo thành một lớp màng mỏng ở đáy và đặt trên lửa vừa và cao. Nấu thịt nướng theo mẻ từ 4 đến 6 phút cho mỗi mẻ, lật cho đến khi có màu ở tất cả các mặt và chín đều.

d) Phục vụ thịt nướng khi còn nóng, 3 cái mỗi phần, cùng với cà tím cháy và một ít chanh ngâm (cẩn thận, chanh có xu hướng chiếm ưu thế).

MÓN CHÍNH

16. Thịt Cừu Với Sốt Lựu Và Rau Mùi

Làm cho: 6

THÀNH PHẦN
- 1½ muỗng cà phê muối kosher
- ½ chén màng hạt lựu
- 3 đùi cừu, cắt tỉa
- 3 chén hành tây vàng thái lát
- 1 tép tỏi
- ⅓ chén nước dùng bò không ướp muối
- 2 muỗng canh nước nóng
- ½ chén lá bạc hà tươi đóng gói lỏng lẻo
- ¼ chén dầu ôliu nguyên chất
- ½ chén lá rau mùi tươi đóng gói lỏng lẻo
- 2 muỗng cà phê bột nghệ
- 2 muỗng canh giấm táo

HƯỚNG DẪN:
a) Rắc đều thịt cừu với nghệ và 1 muỗng cà phê muối.

b) Cho đùi cừu vào Crockpot.

c) Thêm nước dùng và hành tây.

d) Nấu chậm trong 7 tiếng rưỡi.

e) Cho bạc hà và rau mùi vào máy xay thực phẩm nhỏ và thêm nước nóng.

f) Xử lý hỗn hợp thảo mộc cho đến khi mịn trước khi thêm dầu, giấm, tỏi và muối còn lại.

g) Bỏ xương cừu, phục vụ thịt cừu với màng hạt lựu và rưới hỗn hợp thảo mộc lên thịt.

17. Kê, gạo và lựu

Thực hiện: 2 phần ăn

THÀNH PHẦN

- 2 chén pohe mỏng
- 1 chén kê hoặc gạo
- 1 chén bơ dày
- ½ chén miếng lựu
- 5 - 6 lá cà ri
- ½ muỗng cà phê hạt mù tạt
- ½ muỗng cà phê hạt thì là
- ⅛ muỗng cà phê asafoetida
- 5 muỗng cà phê dầu
- Đường để hương vị
- muối để hương vị
- Dừa khô hoặc tươi - bào nhỏ
- Lá rau mùi tươi

HƯỚNG DẪN:

a) Đun nóng dầu rồi cho hạt mù tạt vào.

b) Thêm hạt thì là, asafoetida và lá cà ri khi chúng nổi lên.

c) Đặt pohe vào một cái bát.

d) Trộn hỗn hợp gia vị dầu, đường và muối.

e) Khi pohe đã nguội, kết hợp nó với sữa chua, rau mùi và dừa.

f) Phục vụ trang trí với rau mùi và dừa.

18. Củ cải đường, lựu và cải bruxen

Làm cho: 4

THÀNH PHẦN

- 3 củ cải vừa
- 1 muỗng canh dầu ô liu
- Muối Kosher và hạt tiêu đen mới xay, để nếm thử
- 1 cốc farro
- 4 chén rau bina hoặc cải xoăn
- 2 chén cải Brussels, thái lát mỏng
- 3 clementines, bóc vỏ và phân đoạn
- ½ chén hồ đào, nướng
- ½ chén hạt lựu

RƯỢU VANG ĐỎ MẬT ONG-DIJON VINAIGRETTE

- ¼ chén dầu ôliu nguyên chất
- 2 muỗng canh giấm rượu vang đỏ
- ½ củ hẹ, băm nhỏ
- 1 thìa mật ong
- 2 muỗng cà phê mù tạt nguyên hạt
- Muối Kosher và hạt tiêu đen mới xay, để nếm thử

HƯỚNG DẪN:

a) Làm nóng lò nướng ở nhiệt độ 400 độ F. Lót giấy bạc lên khay nướng.

b) Đặt củ cải đường lên giấy bạc, rưới dầu ô liu và nêm muối và hạt tiêu.

c) Gấp cả 4 mặt của giấy bạc để làm túi đựng. Nướng cho đến khi chín mềm, từ 35 đến 45 phút; để nguội, khoảng 30 phút.

d) Dùng khăn giấy sạch chà củ cải để loại bỏ vỏ; thái miếng vừa ăn.

e) Nấu farro theo hướng dẫn trên bao bì, sau đó để nguội.

f) Chia củ cải vào 4 lọ thủy tinh miệng rộng có nắp đậy. Lên trên với rau bina hoặc cải xoăn, farro, cải Brussels, clementines, quả hồ đào và hạt lựu.

ĐỐI VỚI VINAIGRETTE:

g) Đánh đều dầu ô liu, giấm, hẹ tây, mật ong, mù tạt và 1 muỗng canh nước; nêm muối và hạt tiêu cho vừa ăn. Che và làm lạnh trong tối đa 3 ngày.

h) Để phục vụ, thêm dầu giấm vào từng lọ và lắc. Phục vụ ngay lập tức.

19. Cá hồi với lựu và Quinoa

Làm cho: 4 phần ăn

THÀNH PHẦN
- 4 miếng phi lê cá hồi, bỏ da
- ¾ cốc nước ép lựu, không đường
- ¼ cốc nước cam, không đường
- 2 muỗng canh mứt cam/mứt
- 2 muỗng canh tỏi, băm nhỏ
- Muối và hạt tiêu cho vừa ăn
- 1 chén quinoa, nấu chín
- Vài nhánh ngò

HƯỚNG DẪN:

a)   Trong một bát vừa, kết hợp nước ép lựu, nước cam, mứt cam và tỏi. Nêm muối và hạt tiêu và điều chỉnh khẩu vị theo sở thích.

b)   Làm nóng lò ở 400F. Bôi trơn món nướng bằng bơ mềm. Đặt cá hồi lên chảo nướng, chừa khoảng cách 1 inch giữa các miếng phi lê.

c)   Nấu cá hồi trong 8-10 phút. Sau đó cẩn thận lấy chảo ra khỏi lò và đổ hỗn hợp lựu vào. Đảm bảo rằng mặt trên của cá hồi được phủ đều hỗn hợp. Đặt lại cá hồi vào lò nướng và nấu thêm 5 phút hoặc cho đến khi nó chín hoàn toàn và hỗn hợp hạt lựu chuyển sang màu vàng óng.

d)   Trong khi nấu cá hồi, chuẩn bị quinoa. Đun sôi 2 cốc nước trên lửa vừa và cho quinoa vào. Nấu trong 5-8 phút hoặc cho đến khi nước đã được hấp thụ. Tắt bếp, dùng nĩa đánh tơi hạt quinoa và đậy nắp lại. Để nhiệt còn lại nấu quinoa thêm 5 phút nữa.

e)   Chuyển cá hồi tráng men hạt lựu sang đĩa phục vụ và rắc một ít rau mùi tươi cắt nhỏ. Phục vụ cá hồi với quinoa.

20. Khoai Lang Và Bông Cải Xanh Sốt Lựu

Làm từ 4 đến 6 phần ăn

THÀNH PHẦN

- 3 củ khoai lang, chưa gọt vỏ
- 2 chén bông cải xanh hấp nhẹ
- 3 xương sườn cần tây, cắt thành lát 1/4 inch
- 4 củ hành xanh, băm nhỏ
- 2 muỗng canh mùi tây tươi xắt nhỏ
- 1⁄4 chén bơ đậu phộng kem
- 1 muỗng cà phê gừng tươi băm nhỏ
- 1⁄4 chén dầu hạt nho
- 1⁄4 cốc nước cốt chanh tươi
- 1⁄2 muỗng cà phê đường
- Muối và hạt tiêu đen mới xay
- 1⁄4 chén đậu phộng rang không muối nghiền nhỏ, để trang trí
- 2 muỗng canh hạt lựu tươi hoặc 1⁄4 chén quả nam việt quất khô có đường để trang trí

HƯỚNG DẪN:

a) Trong một cái chảo lớn, cho khoai lang và lượng nước vừa đủ để đun sôi trên lửa lớn.

b) Giảm nhiệt xuống mức trung bình và đun nhỏ lửa cho đến khi mềm nhưng vẫn chắc, khoảng 30 phút. Để ráo nước và để nguội, sau đó gọt vỏ và cắt thành từng miếng 1⁄2 inch và chuyển vào một cái bát lớn. Thêm bông cải xanh, cần tây, hành lá và rau mùi tây. Để qua một bên.

c) Trong một bát nhỏ, trộn bơ đậu phộng, gừng, dầu, nước cốt chanh, đường, muối và hạt tiêu cho vừa ăn. Đổ nước sốt lên món salad và trộn nhẹ nhàng để kết hợp.

d) Trang trí với đậu phộng và hạt lựu và phục vụ.

21. Đậu phụ sốt hạt dẻ cười

Làm cho: 4 phần ăn

THÀNH PHẦN
- 1 pound đậu phụ siêu cứng, để ráo nước, cắt thành lát 1/4 inch và ép
- Muối và hạt tiêu đen mới xay
- 2 muỗng canh dầu ô liu
- 1⁄2 cốc nước ép lựu
- 1 muỗng canh giấm balsamic
- 1 muỗng canh đường nâu nhạt
- 2 củ hành xanh, băm nhỏ
- 1⁄2 chén quả hồ trăn bóc vỏ không ướp muối, xắt nhỏ
- Nêm đậu phụ với muối và hạt tiêu cho vừa ăn.

HƯỚNG DẪN
- Trong một cái chảo lớn, đun nóng dầu trên lửa vừa. Thêm từng miếng đậu phụ nếu cần và nấu cho đến khi có màu nâu nhạt, khoảng 4 phút mỗi mặt. Lấy ra khỏi chảo và đặt sang một bên.
- Trong cùng một chảo, thêm nước ép lựu, giấm, đường và hành lá và đun trên lửa vừa trong 5 phút. Thêm một nửa số hạt dẻ cười và nấu cho đến khi nước sốt hơi đặc lại, khoảng 5 phút.
- Cho đậu phụ đã chiên trở lại chảo và nấu cho đến khi nóng, khoảng 5 phút, rưới nước sốt lên đậu phụ khi nước sôi. Phục vụ ngay lập tức, rắc quả hồ trăn còn lại.

22. Chaat lựu

Làm cho: 3 CUPS

THÀNH PHẦN
1. 2 quả lựu lớn đã loại bỏ hạt (3 cốc [522 g])
2. ½–1 thìa cà phê muối đen

HƯỚNG DẪN:
a) Trộn hạt với muối đen.
b) Thưởng thức ngay lập tức, hoặc làm lạnh trong tối đa một tuần.

23. Ức vịt tráng men

làm cho: 3

THÀNH PHẦN
- 2 cốc nước ép lựu tươi
- 2 thìa nước cốt chanh tươi
- 3 muỗng canh đường nâu
- 1 pound ức vịt không xương
- Muối và hạt tiêu đen xay, theo yêu cầu

HƯỚNG DẪN:
- Đối với mật lựu - trong một cái chảo vừa, thêm nước ép lựu, chanh và đường nâu trên lửa vừa và đun sôi.
- Giảm nhiệt xuống thấp và đun trong khoảng 25 phút cho đến khi hỗn hợp đặc lại.
- Lấy ra khỏi mũ và để nguội một chút.
- Trong khi đó, dùng dao rạch một đường trên ức vịt.
- Nêm ức vịt với muối và hạt tiêu đen một cách hào phóng.
- Nhấn nút AIR OVEN MODE của Air Fryer Oven và xoay nút xoay để chọn chế độ "Air Fry".
- Nhấn nút TIME/SLICS và xoay nút xoay một lần nữa để đặt thời gian nấu thành 14 phút.
- Bây giờ hãy nhấn nút TEMP/SHADE và xoay nút xoay để đặt nhiệt độ ở 400 °F.
- Nhấn nút "Start/Stop" để bắt đầu.
- Khi thiết bị phát ra tiếng bíp cho biết thiết bị đã được làm nóng trước, hãy mở cửa lò.
- Xếp ức vịt vào rổ chiên không khí đã bôi mỡ, mặt da úp lên và cho vào lò nướng.
- Sau 6 phút nấu, lật ức vịt.
- Khi hết thời gian nấu, mở cửa lò và đặt ức vịt lên đĩa trong khoảng 5 phút trước khi cắt lát.
- Với một con dao sắc, cắt ức vịt thành những lát có kích thước mong muốn và chuyển lên đĩa.
- Mưa phùn với mật đường ấm và phục vụ.

24. vịt nguyên con lễ hội

Làm cho: 4-6

THÀNH PHẦN
- 1 Vịt Nguyên Con
- 3 muỗng canh muối biển
- 3 nhánh húng tây, bỏ lá
- 4 quả mâm xôi tươi
- 1 muỗng cà phê dầu
- hạt tiêu đen nứt

NƯỚC XỐT
- 1 chén nước luộc vịt Luv-a-Duck
- 1 cốc nước ép lựu
- 2 muỗng canh Vincotto
- ¼ chén quả mâm xôi tươi
- 2 muỗng cà phê bột ngô
- 1 muỗng canh nước
- 1 quả lựu, bỏ hạt
- ½ chén quả mâm xôi tươi

HƯỚNG DẪN:
- Làm nóng lò trước ở nhiệt độ 190°C.
- Rửa sạch vịt dưới vòi nước chảy. Để ráo nước và lau khô hoàn toàn từ trong ra ngoài. Đặt vịt lên vỉ nướng
- Kết hợp muối vảy, lá húng tây, quả mâm xôi, dầu và hạt tiêu đen trong một cái bát và dùng mặt sau của thìa gỗ trộn đều các nguyên liệu.
- Xoa đều hỗn hợp muối lên mình vịt đã sơ chế.
- Đặt giá quay vào chảo và quay vịt trong lò đã làm nóng trước cho đến khi vịt có màu vàng và nước chảy ra khi kiểm tra. Lấy vịt ra khỏi lò và để nghỉ 10-15 phút.

NƯỚC XỐT
- Cho nước dùng vịt, nước ép lựu, Vincotto và quả mâm xôi tươi vào một cái chảo vừa và đun trên lửa vừa trong 3-4 phút. Cho hỗn hợp bột ngô và nước vào khuấy đều và đun nóng cho đến khi chất lỏng sôi và đặc lại.

PHỤC VỤ

● Rắc nửa hạt lựu lên đĩa lớn, đặt vịt quay vào giữa và trang trí với những hạt còn lại và quả mâm xôi.

● Ăn nóng với rau nướng truyền thống và nước sốt quả mâm xôi và hạt lựu.

25. Bít tết phi lê Scotch với oregano khô

THÀNH PHẦN
- 4 miếng bít tết phi lê scotch 180g, đã loại bỏ mỡ
- 2 muỗng canh dầu ô liu
- 1 muỗng canh lá oregano khô
- 1 muỗng cà phê hạt thì là
- 1 muỗng cà phê hạt thì là
- Vỏ và nước cốt của 1 quả chanh + thêm hạt nêm, để phục vụ
- 1 quả cà tím lớn
- 2 gói x 250g gạo lức & quinoa vi sóng
- 1 muỗng canh giấm balsamic caramen
- 4 quả cà chua gia truyền, cắt thành hình nêm
- 1 quả dưa chuột Lebanon, thái hạt lựu
- ¼ chén lá rau mùi
- 80g phô mai dê, vụn
- 1 quả lựu, bỏ hạt

HƯỚNG DẪN:

a) Cắt một vài khe trên quả cà tím và đặt trực tiếp lên ngọn lửa gas bằng kẹp (xem mẹo nếu bạn không có ngọn lửa gas). Nấu trong 10 phút, xoay vài phút một lần khi lớp vỏ cháy và cà tím mềm ra. Đặt lên khay và cắt đôi theo chiều dọc. Múc thịt vào một cái rây đặt trên một cái bát và để ráo nước trong 20 phút.

b) Làm nóng trước chảo nướng than hoặc thịt nướng ở nhiệt độ cao. Phết nhẹ miếng bít tết với một nửa lượng dầu, nêm gia vị rồi rắc lá oregano, thìa là, thì là và vỏ chanh lên miếng bít tết. Nấu từ 3 đến 4 phút mỗi mặt, hoặc cho đến khi chín theo ý thích của bạn, phết nước cốt nửa quả chanh lên miếng bít tết trong khi nấu để tránh gia vị chà xát làm cháy. Lấy bít tết ra khỏi bếp, đậy lỏng bằng giấy bạc và để yên trong 5 phút.

c) Trong khi đó, chuẩn bị quinoa và gạo theo hướng dẫn gói:. Đặt trong một bát lớn. Xắt nhỏ cà tím để ráo nước và thêm vào bát với dầu còn lại, giấm balsamic và nước cốt chanh còn lại, khuấy cho đến khi kết hợp. Khuấy qua cà chua, dưa chuột, rau mùi, phô mai dê và một nửa hạt lựu. Nêm và rắc hạt lựu còn lại lên trên.

d) Phục vụ bít tết với salad quinoa cà tím và chanh.

26. Súp lơ xào tahini

Làm cho: 6

THÀNH PHẦN

- 2 chén/500ml dầu hướng dương
- 2 đầu súp lơ trung bình (tổng cộng 2¼ lb / 1 kg), chia thành các bông hoa nhỏ
- 8 củ hành lá, mỗi củ chia thành 3 đoạn dài
- ¾ cốc / 180 g sốt tahini nhẹ
- 2 tép tỏi, nghiền nát
- ¼ cốc / 15 g mùi tây lá phẳng, thái nhỏ
- ¼ cốc / 15 g bạc hà xắt nhỏ, cộng thêm để hoàn thành
- ⅔ cốc / 150 g sữa chua Hy Lạp
- ¼ cốc / 60ml nước cốt chanh mới vắt, cộng với vỏ của 1 quả chanh
- 1 muỗng cà phê mật lựu, cộng thêm để hoàn thành
- khoảng ¾ cốc / 180 ml nước
- Muối biển Maldon và hạt tiêu đen mới xay

HƯỚNG DẪN

a) Đun nóng dầu hướng dương trong một cái chảo lớn đặt trên lửa vừa và cao. Sử dụng một chiếc kẹp kim loại hoặc thìa kim loại, cẩn thận đặt một vài bông hoa súp lơ vào dầu và nấu chúng trong 2 đến 3 phút, lật chúng lại để chúng lên màu đều. Sau khi có màu vàng nâu, dùng thìa có rãnh để nhấc những bông hoa vào một cái chao để ráo nước. Rắc một chút muối. Tiếp tục làm từng mẻ cho đến khi bạn ăn hết súp lơ. Tiếp theo, xào hành lá theo mẻ nhưng chỉ trong khoảng 1 phút. Thêm vào súp lơ. Cho phép cả hai để nguội một chút.

b) Đổ bột tahini vào một bát trộn lớn và thêm tỏi, rau thơm xắt nhỏ, sữa chua, nước cốt chanh và vỏ, mật đường lựu, một ít muối và hạt tiêu. Khuấy đều bằng thìa gỗ khi bạn thêm nước. Nước sốt tahini sẽ đặc lại và sau đó lỏng ra khi bạn thêm nước. Đừng thêm quá nhiều, chỉ đủ để có được hỗn hợp đặc, mịn, dễ đổ, hơi giống mật ong.

c) Thêm súp lơ và hành lá vào tahini và khuấy đều. Nếm và điều chỉnh gia vị. Bạn cũng có thể muốn thêm nhiều nước cốt chanh.

d) Để phục vụ, múc một thìa vào bát phục vụ và kết thúc bằng một vài giọt mật lựu và một ít bạc hà.

27. Cà tím cháy với hạt lựu

Làm cho: 4 NHƯ MỘT PHẦN CỦA TẤM MEZE

THÀNH PHẦN
- 4 quả cà tím lớn (3¼ lb / 1,5 kg trước khi nấu; 2½ cốc / 550 g sau khi đốt và để ráo nước)
- 2 tép tỏi, nghiền nát
- nạo vỏ của 1 quả chanh và 2 muỗng canh nước cốt chanh tươi
- 5 muỗng canh dầu ô liu
- 2 muỗng canh rau mùi tây lá phẳng
- 2 muỗng canh bạc hà xắt nhỏ
- hạt của ½ quả lựu lớn (tổng cộng ½ cốc / 80 g)
- muối và hạt tiêu đen mới xay

HƯỚNG DẪN
a) Nếu bạn có bếp ga, hãy lót giấy nhôm vào đế để bảo vệ nó, chỉ để phần đầu đốt lộ ra ngoài. Đặt cà tím trực tiếp trên bốn bếp gas riêng biệt với lửa vừa và nướng trong 15 đến 18 phút, cho đến khi da cháy và bong tróc và thịt mềm. Thỉnh thoảng sử dụng kẹp kim loại để xoay chúng. Ngoài ra, dùng dao khía vài chỗ trên cà tím, sâu khoảng ¾ inch / 2 cm và đặt trên khay nướng dưới vỉ nướng nóng trong khoảng một giờ. Xoay chúng sau mỗi 20 phút hoặc lâu hơn và tiếp tục nấu ngay cả khi chúng bị vỡ và vỡ.

b) Lấy cà tím ra khỏi bếp và để nguội một chút. Sau khi đủ nguội để xử lý, hãy rạch một lỗ dọc theo từng quả cà tím và múc phần thịt mềm ra, dùng tay chia thành những dải dài mỏng. Bỏ da. Xả thịt trong một cái chao trong ít nhất một giờ, tốt nhất là lâu hơn, để loại bỏ càng nhiều nước càng tốt.

c) Đặt cùi cà tím vào một bát vừa và thêm tỏi, vỏ chanh và nước cốt, dầu ô liu, ½ thìa cà phê muối và một ít tiêu đen xay. Khuấy và để cà tím ướp ở nhiệt độ phòng trong ít nhất một giờ.

d) Khi bạn đã sẵn sàng phục vụ, trộn hầu hết các loại thảo mộc và nêm nếm gia vị. Xếp cao trên đĩa phục vụ, rắc hạt lựu lên trên và trang trí với các loại rau thơm còn lại.

28. Tabbouleh

Làm cho: 4 CHUNG

THÀNH PHẦN

- ½ cốc / 30 g lúa mì bulgur mịn
- 2 quả cà chua lớn, chín nhưng chắc (tổng cộng 10½ oz / 300 g)
- 1 củ hẹ, thái nhỏ (tổng cộng 3 muỗng canh / 30 g)
- 3 muỗng canh nước cốt chanh mới vắt, cộng thêm một chút để hoàn thành
- 4 bó rau mùi tây lá phẳng lớn (tổng cộng 5½ oz / 160 g)
- 2 bó bạc hà (tổng cộng 1 oz / 30 g)
- 2 muỗng cà phê tiêu xay
- 1 muỗng cà phê hỗn hợp gia vị baharat (mua ở cửa hàng hoặcxem công thức)
- ½ cốc / 80 ml dầu ô liu chất lượng hàng đầu
- hạt của khoảng ½ quả lựu lớn (tổng cộng ½ cốc / 70 g), tùy chọn
- muối và hạt tiêu đen mới xay

HƯỚNG DẪN

a) Cho bulgur vào một cái rây mịn và ngâm dưới vòi nước lạnh cho đến khi nước chảy qua trông trong và hầu hết tinh bột đã được loại bỏ. Chuyển sang một bát trộn lớn.

b) Sử dụng một con dao có răng cưa nhỏ để cắt cà chua thành những lát dày ¼ inch / 0,5 cm. Cắt từng lát thành các dải ¼ inch / 0,5cm rồi thái thành hạt lựu. Cho cà chua và nước ép của chúng vào bát cùng với hẹ tây và nước cốt chanh rồi khuấy đều.

c) Lấy một vài nhánh rau mùi tây và gói chúng lại với nhau thật chặt. Sử dụng một con dao lớn, rất sắc để cắt bỏ hầu hết các thân cây và loại bỏ. Bây giờ, sử dụng dao để di chuyển lên trên thân và lá, dần dần "ăn" dao để cắt rau mùi tây càng mịn càng tốt và cố gắng tránh cắt những miếng rộng hơn 1/16 inch / 1 mm. Thêm vào bát.

d) Nhặt lá bạc hà ra khỏi thân, gói chặt một số lá lại với nhau và thái nhỏ như bạn đã làm với rau mùi tây; đừng chặt chúng quá nhiều vì chúng có xu hướng đổi màu. Thêm vào bát.

e) Cuối cùng, thêm tiêu, baharat, dầu ô liu, lựu, nếu dùng, và một ít muối và hạt tiêu. Nếm thử, thêm muối và hạt tiêu nếu thích, có thể thêm một chút nước cốt chanh và dùng.

29. Quả lúa mì & củ cải Thụy Sĩ với mật lựu

Làm cho: 4

THÀNH PHẦN
- 1⅓ lb / 600 g củ cải Thụy Sĩ hoặc củ cải cầu vồng
- 2 muỗng canh dầu ô liu
- 1 muỗng canh bơ không ướp muối
- 2 củ tỏi tây lớn, phần màu trắng và xanh nhạt, thái lát mỏng (tổng cộng 3 cốc / 350 g)
- 2 muỗng canh đường nâu nhạt
- khoảng 3 muỗng canh mật lựu
- 1¼ cốc / 200 g quả lúa mì có vỏ hoặc không có vỏ
- 2 chén / 500 ml nước dùng gà
- muối và hạt tiêu đen mới xay
- Sữa chua Hy Lạp, để phục vụ

HƯỚNG DẪN
a) Tách thân trắng của củ cải ra khỏi lá xanh bằng dao nhỏ, sắc. Cắt thân cây thành lát ⅜ inch / 1 cm và lá thành lát ¾ inch / 2 cm.

b) Đun nóng dầu và bơ trong chảo lớn có đáy nặng. Thêm tỏi tây và nấu, khuấy, trong 3 đến 4 phút. Thêm thân củ cải và nấu trong 3 phút, sau đó thêm lá và nấu thêm 3 phút nữa. Thêm đường, 3 muỗng canh mật lựu, và quả lúa mì và trộn đều. Thêm nước dùng, ¾ muỗng cà phê muối và một ít hạt tiêu đen, đun nhỏ lửa và nấu trên lửa nhỏ, đậy nắp trong 60 đến 70 phút. Lúa mì nên được al dente vào thời điểm này.

c) Tháo nắp và, nếu cần, tăng nhiệt và để chất lỏng còn lại bay hơi. Đáy chảo phải khô và có một ít caramel cháy trên đó. Loại bỏ nhiệt.

d) Trước khi dùng, nếm thử và thêm mật đường, muối và hạt tiêu nếu cần; bạn muốn nó sắc nét và ngọt ngào, vì vậy đừng ngại với mật đường của bạn. Phục vụ ấm áp, với một ít sữa chua Hy Lạp.

30. Quince nhồi thịt cừu với lựu & rau mùi

Làm cho: 4

THÀNH PHẦN
- 14 oz / 400 g thịt cừu xay
- 1 tép tỏi, nghiền nát
- 1 quả ớt đỏ, xắt nhỏ
- ⅔ oz / 20 g rau mùi, xắt nhỏ, cộng với 2 muỗng canh, để trang trí
- ½ cốc / 50 g vụn bánh mì
- 1 muỗng cà phê tiêu xay
- 2 muỗng canh gừng tươi nghiền mịn
- 2 củ hành vừa, thái nhỏ (tổng cộng 1⅓ cốc / 220 g)
- 1 quả trứng thả rông lớn
- 4 quả mộc qua (tổng cộng 2¾ lb / 1,3 kg)
- nước cốt của ½ quả chanh, cộng với 1 muỗng canh nước cốt chanh tươi
- 3 muỗng canh dầu ô liu
- 8 quả bạch đậu khấu
- 2 muỗng cà phê mật lựu
- 2 muỗng cà phê đường
- 2 chén / 500 ml nước dùng gà
- hạt của ½ quả lựu
- muối và hạt tiêu đen mới xay

HƯỚNG DẪN
a) Cho thịt cừu vào tô trộn cùng với tỏi, ớt, rau mùi, vụn bánh mì, hạt tiêu, một nửa số gừng, một nửa củ hành tây, trứng, ¾ muỗng cà phê muối và một ít hạt tiêu. Trộn đều tay và để sang một bên.

b) Gọt vỏ mộc qua và cắt đôi theo chiều dọc. Cho chúng vào tô nước lạnh có vắt ½ quả chanh để chúng không bị thâm. Dùng dụng cụ nạo dưa hoặc thìa nhỏ để loại bỏ hạt rồi khoét rỗng nửa quả mộc qua để bạn còn lại phần vỏ ⅔ inch / 1,5 cm. Giữ lại phần thịt đã nạo. Đổ đầy hỗn hợp thịt cừu vào các chỗ rỗng, dùng tay ấn xuống.

c) Đun nóng dầu ô liu trong một cái chảo lớn mà bạn có nắp đậy. Cho phần thịt mộc qua đã để sẵn vào máy xay thực phẩm, băm nhuyễn rồi chuyển hỗn hợp vào chảo cùng với phần hành tây, gừng và vỏ bạch đậu khấu còn lại. Xào trong 10 đến 12 phút, cho đến khi hành tây mềm. Thêm mật đường, 1 muỗng canh nước cốt chanh, đường, nước dùng, ½ muỗng cà phê muối và một ít tiêu đen vào trộn đều. Thêm nửa quả mộc qua vào nước sốt, với phần thịt nhồi hướng lên trên, hạ lửa nhỏ, đậy nắp chảo và nấu trong khoảng 30 phút. Cuối cùng, mộc qua phải mềm hoàn toàn, thịt chín kỹ và nước sốt đặc. Nhấc nắp và đun nhỏ lửa trong một hoặc hai phút để giảm bớt nước sốt nếu cần.

d) Phục vụ ấm hoặc ở nhiệt độ phòng, rắc hạt lựu và rau mùi.

31. Sfiha hoặc Lahm Bi'ajeen

Làm: GIỚI THIỆU 14 BÁNH

PHỦ BÊN TRÊN THỨC ĂN

THÀNH PHẦN

- 9 oz / 250 g thịt cừu xay
- 1 củ hành tây lớn, thái nhỏ (tổng cộng 1 cốc lớn / 180 g)
- 2 quả cà chua vừa, thái nhỏ (1½ cốc / 250 g)
- 3 muỗng canh bột tahini nhẹ
- 1¼ muỗng cà phê muối
- 1 muỗng cà phê bột quế
- 1 muỗng cà phê tiêu xay
- ⅛ muỗng cà phê ớt cayenne
- 1 oz / 25 g rau mùi tây lá phẳng, xắt nhỏ
- 1 muỗng canh nước cốt chanh tươi
- 1 muỗng canh mật lựu
- 1 muỗng canh cây thù du
- 3 muỗng canh / 25 g hạt thông
- 2 quả chanh, cắt thành nêm

BỘT
- 1⅔ cốc / 230 g bột mì
- 1½ muỗng canh sữa bột
- ½ thìa muối
- 1½ muỗng cà phê men khô hoạt tính tăng nhanh
- ½ muỗng cà phê bột nở
- 1 muỗng canh đường
- ½ cốc / 125 ml dầu hướng dương
- 1 quả trứng thả rông lớn
- ½ cốc / 110 ml nước ấm
- dầu ô liu, để đánh răng

HƯỚNG DẪN

a) Bắt đầu với bột. Cho bột mì, sữa bột, muối, men, bột nở và đường vào tô trộn lớn. Khuấy đều để trộn, sau đó tạo một cái giếng ở trung tâm. Cho dầu hướng dương và trứng vào giếng, sau đó khuấy đều khi thêm nước. Khi bột kết lại với nhau, chuyển nó ra một bề mặt làm việc và nhào trong 3 phút, cho đến khi đàn hồi và đồng nhất. Cho vào một cái bát, quét một ít dầu ô liu, phủ một chiếc khăn ở nơi ấm áp và để trong 1 giờ, lúc đó bột sẽ nở ra một chút.

b) Trong một bát riêng, dùng tay trộn đều tất cả các nguyên liệu làm topping trừ hạt thông và chanh. Để qua một bên.

c) Làm nóng lò ở nhiệt độ 450°F / 230°C. Dòng một tấm nướng lớn với giấy giấy da.

d) Chia bột đã ủ thành những viên 2 oz / 50g; bạn nên có khoảng 14 quả bóng. Lăn từng quả bóng thành hình tròn có đường kính khoảng 5 inch / 12 cm và dày ⅛ inch / 2 mm. Phết nhẹ từng vòng tròn lên cả hai mặt bằng dầu ô liu và đặt lên khay nướng. Đậy nắp và để tăng trong 15 phút.

e) Dùng thìa chia phần nhân giữa các bánh, dàn đều sao cho bao phủ hết phần bột. Rắc hạt thông. Đặt sang một bên để tăng thêm 15 phút nữa, sau đó cho vào lò nướng trong khoảng 15 phút, cho đến khi vừa chín. Bạn muốn chắc chắn rằng bánh ngọt vừa mới nướng, không nướng quá lâu; mặt trên phải có màu hơi hồng bên trong và bánh có màu vàng ở mặt dưới. Lấy ra khỏi lò và phục vụ ấm hoặc ở nhiệt độ phòng với chanh.

BÊN

32. Cải bruxen nướng với lựu

Làm cho: 4

THÀNH PHẦN

- 1 pound cải Brussels, thái làm đôi
- 1 củ hẹ, xắt nhỏ
- 1 muỗng canh dầu ô liu
- Muối và hạt tiêu cho vừa ăn
- 2 muỗng cà phê giấm balsamic
- ¼ chén hạt lựu
- ¼ chén phô mai dê, vụn

HƯỚNG DẪN:

a) Làm nóng lò nướng của bạn ở nhiệt độ 400° F. Phủ dầu lên cải Brussels. Rắc muối và hạt tiêu.

b) Chuyển sang chảo nướng. Nướng trong lò trong 20 phút.

c) Mưa phùn với giấm.

d) Rắc hạt và pho mát trước khi phục vụ.

33. Atisô Jerusalem với lựu

Làm cho: 4

THÀNH PHẦN
- 500g atisô Jerusalem
- 3 muỗng canh dầu ô liu nguyên chất
- 1 muỗng cà phê hạt nigella
- 2 muỗng canh hạt thông
- 1 thìa mật ong
- 1 quả lựu, cắt đôi theo chiều dài
- 3 muỗng canh mật lựu
- 3 muỗng canh feta, vỡ vụn
- 2 muỗng canh rau mùi tây phẳng, xắt nhỏ
- Muối và hạt tiêu đen

HƯỚNG DẪN:

a) Làm nóng lò ở nhiệt độ 200C/400F/khí gas 6. Chà bông atisô thật kỹ rồi bổ đôi hoặc làm tư tùy theo kích thước. Đặt chúng trên một khay nướng lớn trong một lớp duy nhất và rưới 2 muỗng canh dầu. Nêm muối và hạt tiêu kỹ rồi rắc hạt nigella lên trên. Nướng trong 20 phút hoặc cho đến khi giòn xung quanh các cạnh. Thêm hạt thông và mật ong vào atisô trong 4 phút nấu cuối cùng.

b) Trong khi đó, đập hạt lựu ra. Sử dụng một cái bát lớn và một cái thìa gỗ nặng, đập vào mặt của mỗi nửa quả lựu cho đến khi tất cả các hạt rơi ra. Loại bỏ bất kỳ pith. Đổ nước ép vào một bát nhỏ và thêm xi-rô lựu và dầu ô liu còn lại. Khuấy đều cho đến khi kết hợp.

c) Khi atisô và hạt thông đã sẵn sàng, hãy múc ra đĩa có rắc hạt lên trên. Đổ nước sốt lên mọi thứ và kết thúc bằng việc rắc feta và rau mùi tây để phục vụ.

34. Salsa dưa chuột và lựu

Làm cho: 6

THÀNH PHẦN

- 1 quả lựu lớn
- 1 quả dưa chuột vừa, thái hạt lựu
- 2–3 quả cà chua, thái hạt lựu
- 1 quả ớt xanh, thái hạt lựu
- 1 quả ớt cay, xắt nhỏ
- ½ bó bạc hà tươi và rau mùi, xắt nhỏ
- 1 bó hành lá, thái nhỏ
- Muối và hạt tiêu đen
- Dầu ô liu
- Nước cốt của 1 quả chanh

HƯỚNG DẪN:

a) Đầu tiên, hãy chắc chắn rằng bạn đang mặc quần áo màu lựu.

b) Cắt quả lựu làm đôi bằng một con dao sắc và dùng ngón tay nhẹ nhàng tách hạt ra, đồng thời kéo hết phần cùi ra.

c) Trộn chúng với tất cả các thành phần khác, khuấy đều, đậy nắp và làm lạnh cho đến khi cần thiết.

35. Cà rốt rang lựu

Làm cho: 4

THÀNH PHẦN

- 1 pound cà rốt, gọt vỏ, tỉa và cắt đôi hoặc làm tư theo chiều dọc
- 1 muỗng canh dầu ô liu siêu nguyên chất
- ¼ muỗng cà phê muối kosher
- Nhúm ớt đỏ Thổ Nhĩ Kỳ hoặc Syria hoặc ớt cayenne
- 1 muỗng cà phê mật lựu hoặc 2 muỗng cà phê giấm balsamic
- 2 muỗng canh rau mùi tươi, húng quế hoặc rau mùi tây

HƯỚNG DẪN:

a) Làm nóng lò ở nhiệt độ 425°F. Trên một tấm nướng có viền, trộn cà rốt với dầu, muối và ớt đỏ hoặc ớt cayenne. Trải chúng ra trong một lớp duy nhất.

b) Nướng trong 15 phút, khuấy đều và nướng thêm 10 phút nữa. Sau đó lấy ra khỏi lò và rưới mật đường lựu; quăng nhẹ nhàng để phủ mật đường lên cà rốt. Nướng cho đến khi cà rốt vàng và mềm, khoảng 5 phút nữa. Phục vụ trang trí với rau mùi.

36. Súp lơ nướng nêm

Làm cho: 8

THÀNH PHẦN
- 1 súp lơ đầu lớn
- 1/2 muỗng cà phê mảnh ớt đỏ nghiền
- 4 muỗng canh nước luộc rau
- 1 muỗng cà phê bột nghệ
- Những hạt lựu

HƯỚNG DẪN:

a) Lá và thân súp lơ nên được loại bỏ. Tùy thuộc vào số lượng phần ăn mong muốn, cắt súp lơ thành nêm.

b) Kết hợp bột nghệ và hạt tiêu. Chải nêm bằng nước luộc rau trước khi rắc hỗn hợp bột nghệ.

c) Nướng đậy nắp hoặc nướng cách nhiệt 4 inch trong 8-10 phút hoặc cho đến khi súp lơ mềm.

d) Trang trí với hạt lựu và thưởng thức món súp lơ nướng tuyệt vời.

37. Kamut với cà rốt và lựu

1 chén kamut, rửa sạch và để ráo nước
¼ muỗng cà phê muối ăn, cộng với muối để nấu kamut
2 muỗng canh dầu thực vật
2 củ cà rốt, gọt vỏ và cắt thành miếng ¼-inch
2 tép tỏi, băm nhỏ
¾ muỗng cà phê garam masala
¼ chén quả hồ trăn đã bóc vỏ, nướng nhẹ và cắt nhỏ, chia
3 muỗng canh rau mùi tươi xắt nhỏ, chia
1 thìa cà phê nước cốt chanh
¼ chén hạt lựu

1 Đun sôi 2 lít nước trong nồi lớn. Khuấy kamut và 2 muỗng cà phê muối. Đun sôi trở lại; giảm nhiệt; và đun nhỏ lửa cho đến khi mềm, 55 phút đến 1 tiếng rưỡi. Thoát nước tốt. Trải trên khay nướng có viền và để nguội ít nhất 15 phút.

2 Đun nóng dầu trong chảo 12 inch trên lửa vừa cho đến khi sủi bọt. Thêm cà rốt và muối và nấu, khuấy thường xuyên, cho đến khi cà rốt mềm và có màu nâu nhạt, từ 4 đến 6 phút. Thêm tỏi và garam masala và nấu, khuấy liên tục, cho đến khi có mùi thơm, khoảng 1 phút. Thêm kamut và nấu cho đến khi ấm hoàn toàn, từ 2 đến 5 phút. Tắt lửa, cho một nửa quả hồ trăn, 2 thìa ngò và nước cốt chanh vào khuấy đều. Nêm muối và hạt tiêu cho vừa ăn. Chuyển sang bát phục vụ và rắc hạt lựu, quả hồ trăn còn lại và 1 muỗng canh rau mùi còn lại. Phục vụ.

SALAD

38. Salad lựu đắng

Thực hiện: 1-2 phần ăn

THÀNH PHẦN

CÁCH ĂN MẶC:

- 2 muỗng canh nước cốt chanh
- ½ cốc nước cam huyết
- ¼ chén xi-rô phong

XA LÁT:

- ½ chén Microgreen bắp cải tươi
- 1 củ radicchio nhỏ, xé thành miếng vừa ăn
- ½ chén bắp cải tím, thái lát mỏng
- ¼ củ hành đỏ nhỏ, thái nhỏ
- 3 củ cải, cắt thành miếng mỏng
- 1 quả cam máu, gọt vỏ, rỗ và tách múi
- Muối và hạt tiêu cho vừa ăn
- ⅓ chén phô mai ricotta
- ¼ chén hạt thông, nướng
- ¼ chén hạt lựu
- 1 muỗng canh dầu ô liu

HƯỚNG DẪN:

CÁCH ĂN MẶC:

a) Đun nhỏ lửa tất cả các nguyên liệu sốt trong 20-25 phút.

b) Cho phép làm mát trước khi phục vụ.

XA LÁT:

c) Kết hợp radicchio, bắp cải, hành tây, củ cải và microgreen trong một bát trộn.

d) Nhẹ nhàng quăng với muối, hạt tiêu và dầu ô liu.

e) Trên một đĩa phục vụ, rắc một thìa phô mai ricotta nhỏ.

f) Cho hạt thông và hạt lựu lên trên và rưới xi-rô cam máu lên trên.

39. Salad Brussels, Bulgur và lựu

Làm cho: 6 phần ăn

THÀNH PHẦN
- 1 chén bulgur khô, nấu chín
- 2 muỗng canh dầu ô liu
- 2 muỗng canh giấm balsamic
- ⅛ muỗng cà phê muối
- 8 ounce cải Brussels, bỏ cuống và cắt nhỏ
- 1 củ hẹ, băm nhỏ
- 1 quả lựu, bỏ hạt
- 1 quả lê, thái hạt lựu
- ¼ chén quả óc chó, đại khái xắt nhỏ
- ⅛ muỗng cà phê tiêu

HƯỚNG DẪN:
a) Quăng cải Brussels với hạt lựu, quả óc chó và lê.

b) Dùng nĩa cho bulgur vào và ăn kèm với salad.

c) Kết hợp hẹ, dầu, giấm, muối và hạt tiêu trong một bát nhỏ riêng biệt để làm nước sốt.

d) Rưới nước sốt lên món salad và trộn đều.

40. Salad bắp cải và lựu

Thực hiện: 2 phần ăn

THÀNH PHẦN
- 1 chén bắp cải - nạo
- ½ quả lựu, bỏ hạt
- ¼ muỗng canh hạt mù tạt
- ¼ muỗng canh hạt thì là
- 4-5 lá cà ri
- Nhúm asafoetida
- 1 muỗng canh dầu
- Muối và đường để hương vị
- nước chanh để hương vị
- Lá rau mùi tươi

HƯỚNG DẪN:
a) Kết hợp lựu và bắp cải.
b) Làm nóng hạt mù tạt trong chảo với dầu.
c) Thêm hạt thì là, lá cà ri và asafoetida vào chảo.
d) Kết hợp hỗn hợp gia vị với bắp cải.
e) Thêm đường, muối và nước cốt chanh, trộn đều.
f) Phục vụ trang trí với rau mùi.

41. Salad cà rốt và lựu

Thực hiện: 2 phần ăn

THÀNH PHẦN
- 2 củ cà rốt – nạo
- ½ quả lựu, bỏ hạt
- ¼ muỗng canh hạt mù tạt
- ¼ muỗng canh hạt thì là
- 4-5 lá cà ri
- Nhúm asafoetida
- 1 muỗng canh dầu
- Muối và đường để hương vị
- Nước cốt chanh – để hương vị
- Lá rau mùi tươi

HƯỚNG DẪN:
a) Kết hợp lựu và cà rốt.

b) Làm nóng hạt mù tạt trong chảo với dầu.

c) Thêm hạt thì là, lá cà ri và asafoetida.

d) Kết hợp hỗn hợp gia vị với cà rốt.

e) Thêm đường, muối và nước cốt chanh.

f) Phục vụ trang trí với rau mùi.

42. Rau mùi tây-dưa chuột với Feta

Làm cho: 4 - 6

THÀNH PHẦN
- 1 muỗng canh mật lựu
- 1 muỗng canh giấm rượu vang đỏ
- ¼ muỗng cà phê muối ăn
- ⅛ muỗng cà phê tiêu
- Nhúm ớt cayenne
- 3 muỗng canh dầu ô liu siêu nguyên chất
- 3 chén lá mùi tây tươi
- 1 quả dưa chuột Anh, cắt đôi theo chiều dọc và thái lát mỏng
- 1 chén quả óc chó, nướng thô và xắt nhỏ, chia
- 1 chén hạt lựu, chia
- 4 ounce phô mai feta, thái lát mỏng

HƯỚNG DẪN:

a) Đánh đều mật lựu, giấm, muối, hạt tiêu và cayenne trong một bát lớn. Đánh liên tục, từ từ nhỏ dầu vào cho đến khi nhũ hóa.

b) Thêm rau mùi tây, dưa chuột, ½ chén quả óc chó và ½ chén hạt lựu và trộn đều. Nêm muối và hạt tiêu cho vừa ăn.

c) Chuyển sang đĩa phục vụ và phủ feta lên trên, ½ cốc quả óc chó còn lại và ½ cốc hạt lựu còn lại.

d) Phục vụ.

43. Salad cải Brussels

Làm cho: 6 phần ăn

THÀNH PHẦN
- 1 chén bulgur khô
- 8 ounce cải Brussels
- 1 quả lựu
- 1 quả lê, thái hạt lựu
- ¼ chén quả óc chó, đại khái xắt nhỏ
- 1 củ hẹ vừa, băm nhỏ
- 2 muỗng canh dầu ô liu
- 2 muỗng canh giấm balsamic
- ⅛ muỗng cà phê muối
- ⅛ muỗng cà phê tiêu
- Salad cải Brussels sống

HƯỚNG DẪN:
a) Kết hợp 2 cốc nước lạnh và bulgur khô trong một cái chảo nhỏ. Đun sôi, sau đó giảm xuống nhiệt độ thấp và thỉnh thoảng khuấy.

b) Đun nhỏ lửa trong 12-15 phút hoặc cho đến khi bulgur mềm. Bất kỳ chất lỏng dư thừa nào cũng phải được xả hết và đặt sang một bên để làm mát.

c) Cắt bỏ thân và loại bỏ bất kỳ lá cứng hoặc khô nào khỏi cải Brussels.

d) Cắt cải Brussels làm đôi từ trên xuống dưới, bỏ cuống. Đặt cải Brussels đã cắt úp xuống và bắt đầu thái mỏng từ trên xuống dưới để cắt nhỏ.

e) Trong một bát trộn lớn, nhẹ nhàng trộn cải Brussels cho đến khi các lớp tách ra, sau đó đặt sang một bên.

f) Loại bỏ hạt khỏi quả lựu.

g) Khi quả lựu đã được ghi điểm, vặn nó để tách nó làm đôi và cẩn thận bóc vỏ để loại bỏ hạt. Giữ mặt cắt của quả lựu trên một cái bát và dùng thìa gỗ đập vào mặt sau của quả lựu cho đến khi tất cả hạt rơi ra.

h) Quăng cải Brussels với hạt lựu, quả óc chó và lê. Quăng bulgur bằng nĩa và ăn kèm với salad.

i) Kết hợp hẹ, dầu, giấm, muối và hạt tiêu trong một bát nhỏ riêng biệt.

j) Quăng salad trong nước sốt để trộn. Phục vụ và thưởng thức!

44. Phô mai Mozzarella, lựu và salad bí

Làm cho: 4-6

THÀNH PHẦN
- 300g phô mai
- 2 quả cam đỏ, tách múi
- 1 bó húng quế
- muối biển dễ vỡ

CHO TRANG PHỤC
- 500ml nước lựu
- 200ml nước cam huyết
- 1 muỗng canh đường nâu
- Hạt từ 2 quả lựu
- 250ml dầu oliu nguyên chất
- Nước cốt của 1 quả chanh

HƯỚNG DẪN:
a) Đầu tiên, bắt đầu mặc quần áo. Đổ lựu và nước cam vào chảo và thêm đường nâu. Giảm hỗn hợp thành xi-rô, cẩn thận không để nó bị cháy. Lấy nó ra khỏi bếp và đặt nó sang một bên để làm mát.

b) Để ráo phô mai mozzarella và xé thành từng miếng đều nhau và bày lên đĩa lớn.

c) Phân tán với các miếng màu cam. Xé lá húng quế và rắc chúng lên quả cam.

d) Trộn 50ml xi-rô và hạt lựu tươi với dầu ô liu và nước cốt nửa quả chanh. Thêm nhiều nước cốt chanh để hương vị.

e) Nêm phô mai mozzarella và cam đỏ với muối và rưới nước sốt lên một cách hào phóng. Phục vụ ngay lập tức.

45. Salad bí và lựu

Làm cho: 3-4

THÀNH PHẦN

- 1 quả bí nhỏ cắt miếng, gọt vỏ, bỏ hạt
- 1 muỗng canh dầu ô liu
- Hạt của 1 quả lựu
- 100g rau mồng tơi và lá rocket
- Một nắm bạc hà tươi
- Một nắm lớn rau mùi tươi
- 3 củ cà rốt lớn, gọt vỏ và nạo
- 2 quả cam, bỏ vỏ, gọt vỏ và cắt thành lát
- Vỏ của 1 quả chanh
- 20g óc chó hoặc hạt thông
- 20g chà là, xắt nhỏ
- Muối và hạt tiêu đen

CHO TRANG PHỤC

- 2 muỗng canh xi-rô cây thùa
- Nước ép của ½ quả cam
- Nước cốt của ½ quả chanh
- 1 muỗng canh dầu óc chó

HƯỚNG DẪN:

a) Làm nóng lò ở nhiệt độ 180C/350F/khí gas 4. Phủ dầu ô liu lên các miếng bí và nêm muối và tiêu. Cho vào hộp rang và nướng trong khoảng 40 phút hoặc cho đến khi mềm. Để nguội một chút.

b) Sắp xếp các lá xà lách trên đĩa phục vụ của bạn. Xắt nhỏ lá bạc hà và rau mùi rồi kết hợp chúng với cà rốt nạo. Nêm một ít muối và hạt tiêu, sau đó xếp lớp trên lá.

c) Đặt các lát cam lên trên. Thêm các miếng bí đã rang, sau đó là hạt lựu, quả óc chó và quả chà là.

d) Trộn các THÀNH PHẦN làm nước xốt trong một cái bát nhỏ, sau đó rưới lên đĩa salad để phục vụ.

46. Ricotta với cải xoăn, lựu và hạt dẻ

Làm cho: 4

THÀNH PHẦN

- 200g cải xoăn, nhặt và rửa sạch
- 200g hạt dẻ nấu chín, xắt nhỏ
- 250g phô mai ricotta
- 2 muỗng cà phê mật lựu
- Hạt của ½ quả lựu
- Dầu ô liu
- Muối

HƯỚNG DẪN:

a) Trong một chảo nước sôi có muối lớn, chần cải xoăn trong 3-4 phút rồi làm mới trong nước đá.

b) Sau khi nguội, để ráo nước và đặt sang một bên.

c) Nhẹ nhàng chiên hạt dẻ trong một giọt dầu ô liu trong vài phút, sau đó cho cải xoăn đã chần vào để hâm nóng.

d) Trong một cái chảo riêng, làm ấm ricotta nhẹ nhàng.

e) Để phục vụ, đặt ricotta ấm dưới đáy đĩa phục vụ và phủ hạt dẻ nóng và cải xoăn lên trên.

f) Rưới mật đường lựu lên trên và rải hạt tươi.

47. Salad rau củ và cam

THÀNH PHẦN

- 2 đầu vừa
- 2 quả cam rốn, gọt vỏ, cắt đôi và cắt thành lát 1/4 inch
- 2 muỗng canh hành tím băm nhỏ
- 3 muỗng canh dầu ô liu
- 1½ muỗng canh giấm balsamic ngâm quả sung
- Muối và hạt tiêu đen mới xay
- 1 muỗng canh hạt lựu tươi (tùy chọn)

HƯỚNG DẪN

a) Trong một bát lớn, kết hợp rau mùi tây, cam, hồ đào và hành tây. Để qua một bên.

b) Trong một bát nhỏ, kết hợp dầu, giấm, đường, muối và hạt tiêu cho vừa ăn. Khuấy cho đến khi hòa quyện. Đổ nước sốt lên món salad và trộn nhẹ nhàng để kết hợp. Rắc hạt lựu, nếu dùng, và phục vụ.

48. Súp Lơ Nướng & Salad Hạt Phỉ

Làm cho: 2 ĐẾN 4

THÀNH PHẦN
- 1 đầu súp lơ, chia thành những bông hoa nhỏ (tổng cộng 1½ lb / 660 g)
- 5 muỗng canh dầu ô liu
- 1 cọng cần tây lớn, cắt nghiêng thành lát ¼ inch / 0,5 cm (tổng cộng ⅔ cốc / 70 g)
- 5 muỗng canh / 30 g quả phỉ, còn vỏ
- ⅓ cốc / 10 g lá rau mùi tây phẳng nhỏ, đã hái
- ⅓ cốc / 50 g hạt lựu (từ khoảng ½ quả lựu vừa)
- hào phóng ¼ muỗng cà phê quế xay
- hào phóng ¼ muỗng cà phê hạt tiêu xay
- 1 muỗng canh giấm sherry
- 1½ muỗng cà phê xi-rô phong
- muối và hạt tiêu đen mới xay

HƯỚNG DẪN
a) Làm nóng lò ở nhiệt độ 425°F / 220°C.
b) Trộn súp lơ với 3 muỗng canh dầu ô liu, ½ muỗng cà phê muối và một ít hạt tiêu đen. Trải ra chảo rang và nướng trên giá trên cùng của lò nướng trong 25 đến 35 phút, cho đến khi súp lơ giòn và các phần của súp lơ chuyển sang màu nâu vàng. Chuyển sang một bát trộn lớn và đặt sang một bên để nguội.
c) Giảm nhiệt độ lò xuống 325°F / 170°C. Trải hạt phỉ lên khay nướng có lót giấy da và nướng trong 17 phút.
d) Để các loại hạt nguội đi một chút, sau đó cắt nhỏ chúng và thêm vào súp lơ, cùng với dầu còn lại và các thành phần còn lại. Khuấy, nếm và nêm muối và hạt tiêu cho phù hợp. Phục vụ ở nhiệt độ phòng.

49. Salad củ dền, tỏi tây & quả óc chó cay

THÀNH PHẦN

- 4 củ cải vừa (tổng cộng ⅓ lb / 600 g sau khi nấu và gọt vỏ)
- 4 tỏi tây vừa, cắt thành các đoạn 4 inch / 10cm (tổng cộng 4 cốc / 360 g)
- ½ oz / 15 g rau mùi, thái nhỏ
- 1¼ cốc / 25 g rau arugula
- ⅓ cốc / 50 g hạt lựu (tùy chọn)
- CÁCH ĂN MẶC
- 1 chén / 100 g quả óc chó, xắt nhỏ
- 4 tép tỏi, thái nhỏ
- ½ muỗng cà phê ớt mảnh
- ¼ cốc / 60 ml giấm táo
- 2 muỗng canh nước me
- ½ muỗng cà phê dầu óc chó
- 2½ muỗng canh dầu đậu phộng
- 1 muỗng cà phê muối

HƯỚNG DẪN

a) Làm nóng lò ở nhiệt độ 425°F / 220°C.

b) Bọc từng củ cải trong giấy nhôm và nướng trong lò từ 1 đến 1 tiếng rưỡi, tùy thuộc vào kích thước của chúng. Sau khi nấu chín, bạn sẽ có thể chọc một con dao nhỏ vào giữa một cách dễ dàng. Lấy ra khỏi lò và đặt sang một bên để nguội.

c) Sau khi đủ nguội để xử lý, hãy gọt vỏ củ cải đường, bổ đôi và cắt mỗi nửa thành những miếng nêm dày ⅜ inch / 1 cm ở phần gốc. Đặt trong một bát vừa và đặt sang một bên.

d) Cho tỏi tây vào chảo vừa với nước muối, đun sôi rồi đun nhỏ lửa trong 10 phút cho đến khi vừa chín tới; điều quan trọng là đun nhỏ lửa nhẹ nhàng và không nấu quá chín để chúng không bị nát. Để ráo nước và làm mới dưới vòi nước lạnh, sau đó dùng dao có răng cưa rất sắc để cắt mỗi khúc thành 3 miếng nhỏ hơn và vỗ cho khô. Chuyển sang một cái bát, tách củ cải đường và đặt sang một bên.

e) Trong khi rau đang nấu, trộn tất cả các nguyên liệu làm sốt với nhau và để sang một bên trong ít nhất 10 phút để tất cả các hương vị quyện vào nhau.

f) Chia đều nước sốt quả óc chó và rau mùi giữa củ cải đường và tỏi tây và trộn nhẹ nhàng. Nếm thử cả hai và thêm muối nếu cần.

g) Để trộn salad, hãy trải hầu hết củ cải đường lên đĩa phục vụ, trên cùng là một ít rau arugula, sau đó là phần lớn tỏi tây, sau đó là củ cải đường còn lại, và kết thúc với nhiều tỏi tây và rau arugula. Rắc hạt lựu lên trên, nếu sử dụng và phục vụ.

50. Bát đựng củ cải đường và cải bruxen

Thành phần
- 3 củ cải vừa (khoảng 1 pound)
- 1 muỗng canh dầu ô liu
- Muối Kosher và hạt tiêu đen mới xay, để nếm thử
- 1 cốc farro
- 4 chén rau bina hoặc cải xoăn
- 2 chén cải Brussels (khoảng 8 ounce), thái lát mỏng
- 3 clementines, bóc vỏ và phân đoạn
- ½ chén hồ đào, nướng
- ½ chén hạt lựu

Giấm rượu vang đỏ Honey-Dijon
- ¼ chén dầu ôliu nguyên chất
- 2 muỗng canh giấm rượu vang đỏ
- ½ củ hẹ, băm nhỏ
- 1 thìa mật ong
- 2 muỗng cà phê mù tạt nguyên hạt
- Muối Kosher và hạt tiêu đen mới xay, để nếm thử

Hướng

a) Làm nóng lò nướng ở nhiệt độ 400 độ F. Lót giấy bạc lên khay nướng.

b) Đặt củ cải đường lên giấy bạc, rưới dầu ô liu và nêm muối và hạt tiêu. Gấp cả 4 mặt của giấy bạc để làm túi đựng. Nướng cho đến khi chín mềm, từ 35 đến 45 phút; để nguội, khoảng 30 phút.

c) Dùng khăn giấy sạch chà củ cải để loại bỏ vỏ; thái miếng vừa ăn.

d) Nấu farro theo Hướng dẫn trên bao bì, sau đó để nguội.

e) Chia củ cải đường vào 4 lọ thủy tinh miệng rộng (32 ounce) có nắp đậy. Lên trên với rau bina hoặc cải xoăn, farro, cải Brussels, clementines, quả hồ đào và hạt lựu. Đậy kín để ngăn mát tủ lạnh được 3,4 ngày.

f) ĐỐI VỚI VINAIGRETTE: Đánh đều dầu ô liu, giấm, hẹ tây, mật ong, mù tạt và 1 muỗng canh nước; nêm muối và hạt tiêu cho vừa ăn. Che và làm lạnh trong tối đa 3 ngày.

g) Để phục vụ, thêm dầu giấm vào từng lọ và lắc. Phục vụ ngay lập tức.

51. Salad bông cải xanh ớt kiểu Thái

Làm cho: 4

THÀNH PHẦN
- Bông cải xanh chần: ½ kg
- Đối với dấm ớt:
- Nước cốt chanh: 1 muỗng canh
- Nước ép lựu: 1 muỗng canh
- Đường thốt nốt: ½ muỗng cà phê
- Hạt cải vàng giã nhỏ: 1 muỗng cà phê
- Ớt khô bào: ¼ muỗng cà phê
- Tỏi băm nhỏ: 1 thìa cà phê
- Dầu ăn: 1 muỗng canh
- Màu cam phân đoạn: 1
- Đối với topping sữa đông:
- Hưng sữa đông: 2 muỗng canh
- Vỏ cam nạo: 1
- Nước cam: 2 muỗng canh
- Giấm: 1 muỗng canh
- Cà chua nghiền: 1 muỗng cà phê
- Đường, muối, tiêu: 1 muỗng cà phê

HƯỚNG DẪN:
- Kết hợp tất cả các thành phần vinaigrette trong một bát trộn.
- Đặt sang một bên trong 2–3 giờ.
- Kết hợp topping sữa đông với các thành phần và nêm nếm cho vừa ăn.
- Quăng bông cải xanh với dầu giấm và phủ nước sốt sữa đông và phần cam lên trên ngay trước khi ăn.

52. Salad đậu lăng và thảo mộc giòn

Phục vụ 6 đến 8

1 muỗng cà phê muối ăn để ngâm nước muối
½ chén đậu lăng khô du Puy, nhặt và rửa sạch
⅓ chén dầu thực vật để chiên
½ muỗng cà phê thì là
¼ muỗng cà phê cộng với nhúm muối ăn, chia
1 cốc sữa chua Hy Lạp nguyên chất
3 muỗng canh dầu ô liu nguyên chất, chia
1 muỗng cà phê vỏ chanh nạo cộng với 1 muỗng cà phê nước ép
1 tép tỏi, băm nhỏ
½ chén lá mùi tây tươi
½ chén thì là tươi xé nhỏ
½ chén lá ngò tươi
¼ chén anh đào khô, xắt nhỏ
Mật lựu

1 Hòa tan 1 thìa cà phê muối trong 1 lít nước trong tô. Thêm đậu lăng và để yên ở nhiệt độ phòng trong ít nhất 1 giờ. Để ráo nước và lau khô bằng khăn giấy.

2 Đun nóng dầu thực vật trong chảo lớn trên lửa vừa cho đến khi sủi bọt. Thêm đậu lăng và nấu, khuấy liên tục, cho đến khi giòn và vàng từng điểm, từ 8 đến 12 phút (dầu sẽ sủi bọt mạnh trong suốt; điều chỉnh nhiệt khi cần). Cẩn thận để ráo đậu lăng trong lưới lọc mịn đặt trên bát, sau đó chuyển đậu lăng sang đĩa có lót khăn giấy. Bỏ dầu. Rắc thì là và ¼ muỗng cà phê muối và trộn đều; để qua một bên.

3 Đánh sữa chua, 2 muỗng canh dầu ô liu, vỏ chanh và nước cốt chanh, tỏi với nhau trong tô và nêm muối và tiêu cho vừa ăn. Trải hỗn hợp sữa chua lên đĩa phục vụ. Cho rau mùi tây, thì là, rau mùi, chút muối còn lại và 1 muỗng canh dầu ô liu còn lại vào bát, sau đó nhẹ nhàng cho đậu lăng và quả anh đào vào trộn đều rồi xếp lên trên hỗn hợp sữa chua, để lại đường viền 1 inch. Rưới mật đường lựu và phục vụ.

53. Salad Feta lựu

Khẩu phần: 4 khẩu phần

THÀNH PHẦN
- 1/2 chén hồ đào
- 1/4 chén đường cát
- 1 (10 ounce) gói hỗn hợp rau non
- 1 quả lựu, bóc vỏ và tách hạt
- 1/4 củ hành tím, thái lát mỏng
- 1 (8 ounce) gói phô mai feta vụn

CÁCH ĂN MẶC:
- 1 muỗng cà phê mù tạt Dijon
- 3 muỗng canh giấm rượu vang đỏ
- 3 muỗng canh dầu ô liu siêu nguyên chất
- 1 muỗng canh đường trắng hoặc mật ong
- 1 quả chanh, vỏ và nước ép
- Muối và hạt tiêu cho vừa ăn

HƯỚNG DẪN
a) Để làm kẹo hồ đào, đổ đường vào chảo nhỏ và đổ hồ đào lên trên. Nấu trên lửa vừa cho đến khi đường tan chảy và chuyển sang màu caramel, khuấy liên tục để các loại hạt và đường không bị cháy.

b) Khi đường chuyển sang màu caramen, tiếp tục khuấy để phủ hồ đào với nó. Đổ quả hồ đào lên giấy sáp hoặc giấy nhôm để nguội.

c) Sau khi quả hồ đào được làm mát, hãy chia chúng thành từng miếng.

d) Cho rau diếp, hạt lựu, hành tím, phô mai feta và miếng hồ đào vào một bát trộn lớn; để qua một bên.

e) Trộn mù tạt Dijon, giấm, dầu ô liu, đường hoặc mật ong, vỏ chanh, nước cốt chanh (để nếm thử), muối và hạt tiêu trong một bát riêng.

f) Đổ lên món salad và quăng lên áo khoác. Phục vụ ngay lập tức.

SÚP VÀ Hầm

54. Súp lơ với lựu

Làm cho: 8-10

THÀNH PHẦN
- 3 củ cà rốt vừa, đại khái xắt nhỏ
- 3 cọng cần tây vừa, xắt nhỏ
- 3 củ hành tây, đại khái xắt nhỏ
- 3 tỏi tây vừa, đại khái xắt nhỏ
- 700g khoai tây, gọt vỏ và xắt nhỏ
- 3 muỗng canh dầu ô liu
- 1 đầu tỏi, đại khái băm nhỏ
- 3 lá nguyệt quế
- 2 muỗng canh đường muscovado sẫm màu
- 1 súp lơ lớn, đại khái xắt nhỏ
- Đậu xanh hộp 2 x 440g
- 3-4 lít nước dùng rau củ
- 1 muỗng cà phê harissa
- Một bó rau mùi tây nhỏ
- Nước cốt của 1 quả chanh
- Muối và hạt tiêu đen

GIA VỊ:
- 2 thìa thì là
- 1 muỗng canh rau mùi
- 1 muỗng canh ớt bột
- 1 muỗng canh ớt bột hun khói
- 1 muỗng cà phê ớt mảnh
- 1 muỗng cà phê bột quế
- 1 muỗng cà phê hạt nhục đậu khấu

PHỤC VỤ
- Hạt của 1 quả lựu
- Mật lựu

● 1 bó nhỏ rau mùi tươi

HƯỚNG DẪN:

a) Chiên cà rốt, cần tây, hành trắng, tỏi tây và khoai tây trong dầu ô liu cho đến khi chúng có một chút màu. Thêm tỏi, bay, gia vị và đường và đổ mồ hôi cho đến khi gia vị tỏa ra mùi thơm.

b) Loại bỏ và loại bỏ lá và cuống cứng của súp lơ, sau đó cắt nhỏ những phần ăn được và cho vào nước súp. Thêm đậu xanh, nước dùng rau và bột harissa, nếu dùng và nấu cho đến khi tất cả các loại rau đều mềm: khoảng 20 phút.

c) Thêm rau mùi tây và nước cốt chanh, rồi dùng máy xay cầm tay hoặc máy xay thực phẩm, xay súp cho đến khi đậm đà và mịn. Bạn có thể cần thêm một chút nước dùng nếu nó quá đặc. Hương vị và mùa với muối và hạt tiêu.

d) Khi ăn, múc ra bát và trang trí bằng hạt lựu rắc, vài giọt mật lựu và lá rau mùi.

55. Thịt gà, óc chó và lựu hầm

Làm cho: 6–8

THÀNH PHẦN
- Dầu thực vật
- 2 củ hành lớn, thái hạt lựu
- 1 muỗng canh bột mì
- 600g quả óc chó, nghiền mịn
- 8 đùi gà, rút xương, bỏ da
- Muối và hạt tiêu đen
- 1,2 lít nước
- 3 muỗng canh đường cát
- 450ml mật lựu
- Hạt của 1 quả lựu, để phục vụ

HƯỚNG DẪN:

a) Làm nóng trước hai chảo lớn trên lửa vừa. Đầu tiên đổ 3 muỗng canh dầu thực vật và chiên hành tây cho đến khi trong mờ và có màu nâu nhạt. Trong chảo thứ hai, nướng bột mì cho đến khi nó chuyển sang màu be nhạt. Thêm quả óc chó xay và nấu hỗn hợp.

b) Sau khi hành tây có màu nâu, nêm muối và hạt tiêu ở cả hai mặt đùi gà và thêm chúng vào hành tây. Tăng nhiệt độ và khuấy đều để đảm bảo bạn bịt kín đùi ở cả hai bên. Sau khi có màu nâu nhẹ, tắt lửa và đặt sang một bên.

c) Thêm nước vào chảo quả óc chó, khuấy đều và đun sôi hỗn hợp, sau đó đậy nắp lại và nấu trong 1 giờ trên lửa vừa. Điều này sẽ nấu chín và làm mềm quả óc chó; hỗn hợp đã chín khi bạn thấy dầu tự nhiên của quả óc chó nổi lên trên bề mặt.

d) Thêm đường và mật lựu vào quả óc chó và khuấy đều trong khoảng 1 phút hoặc cho đến khi mật đường tan hoàn toàn.

e) Sau khi hoàn thành, thêm thịt gà và hành tây vào hỗn hợp quả óc chó và quả lựu, đậy nắp và nấu trong khoảng 2 giờ, khuấy kỹ cứ sau 30 phút để đảm bảo bạn nhấc quả óc chó ra khỏi đáy chảo để chúng không bị cháy . Sau khi nấu chín, bạn sẽ có một hỗn hợp phong phú, sẫm màu, gần giống như sô cô la.

f) Phục vụ rắc hạt lựu và thưởng thức với một đống gạo basmati hào phóng.

56. Súp lựu Ba Tư

Làm cho: 6-8

THÀNH PHẦN

- ¼ chén dầu ô liu, cộng thêm cho topping
- 1 củ hành vàng, thái hạt lựu
- 3 tép tỏi, băm nhỏ
- ¾ chén đậu Hà Lan vàng
- ½ chén đậu lăng
- ½ chén đậu xanh
- ½ chén lúa mạch ngọc trai
- 1 củ cải lớn, thái hạt lựu nhỏ
- 2 muỗng cà phê thì là
- 1 muỗng cà phê bột nghệ
- 12 chén nước dùng rau hoặc nước
- 2 muỗng canh bạc hà khô
- ½ chén mật lựu
- 1 bó rau mùi thái nhỏ
- 1 cốc labneh hoặc sữa chua đặc
- Hạt của 1 quả lựu
- Muối và tiêu

HƯỚNG DẪN:

a) Đun nóng dầu trong một cái chảo lớn trên lửa vừa và nấu hành tây trong khoảng 10 phút cho đến khi nó bắt đầu chuyển sang màu nâu, khuấy thường xuyên.

b) Thêm tỏi, đậu, lúa mạch, củ cải đường, gia vị và 2 muỗng cà phê muối. Khuấy đều với hành tây đã nấu chín, sau đó thêm nước dùng hoặc nước và đun sôi.

c) Hạ nhỏ lửa và đun nhỏ lửa, đậy nắp trong 1 tiếng rưỡi, cho đến khi đậu và lúa mạch mềm.

d) Trong khi súp vẫn đang sôi, cho bạc hà khô và mật lựu vào khuấy đều, nêm muối và tiêu cho vừa ăn.

e) Phục vụ ấm áp với một giọt dầu ô liu và một ít sữa chua, và rắc nhiều rau mùi và hạt lựu.

57. Súp lựu với đinh hương

Làm cho: 4

THÀNH PHẦN
- 1 quả chanh
- 2 quả lựu
- 4 muỗng canh xi-rô lựu
- 4 cây đinh hương
- 2 thìa mật ong
- 250 ml nước táo
- 1 quả dưa đỏ
- 2 quả đu đủ

HƯỚNG DẪN:
a) Rửa sạch chanh trong nước nóng, nạo vỏ và vắt lấy nước cốt.

b) Cắt đôi quả lựu và bỏ hạt, chắt lấy nước cốt. Kết hợp nước trái cây với xi-rô lựu, đinh hương, mật ong và nước ép táo trong nồi và đun sôi. Tắt bếp, thêm nước cốt chanh và vỏ, để nguội. Loại bỏ đinh hương.

c) Dưa lưới và đu đủ bổ đôi, bỏ hạt và xơ, gọt vỏ, thái nhỏ rồi cho vào nấu canh. Nghiền súp trong máy xay sinh tố. Thêm nước để đạt được độ đặc của kem. Làm lạnh ít nhất 1 giờ.

d) Đổ súp vào 4 bát và trang trí bằng hạt lựu. Phục vụ.

58. Thịt cừu nấu lựu

Làm cho: 4

THÀNH PHẦN
- 500g đùi cừu thái hạt lựu
- 1 muỗng canh giấm mạch nha
- dầu hạt cải nguyên chất
- 2 muỗng cà phê gừng, bào mịn
- 2 muỗng cà phê tỏi, bào mịn
- 3 củ hành đỏ, thái hạt lựu
- 2 quả cà chua mận, thái hạt lựu
- 4 quả ớt xanh, thái nhỏ
- 1 muỗng canh mật lựu
- 200g gạo basmati
- 2 muỗng cà phê bơ
- một ít rau mùi, xắt nhỏ để phục vụ

GIA VỊ TRỘN
- 1 muỗng cà phê nghệ
- thanh quế mảnh 5cm
- hoa hồi 2 cánh
- 1 muỗng cà phê hạt rau mùi
- 1 muỗng cà phê hạt thì là
- 2 muỗng cà phê dừa nạo sấy

RAITA CÂY CỦ DỪA VÀ Lựu
- 100g sữa chua tự nhiên
- ¼ củ dền nhỏ, gọt vỏ và nạo
- ½ hạt lựu, cộng thêm để phục vụ

HƯỚNG DẪN:

a) Quăng thịt cừu thái hạt lựu với giấm mạch nha vào bát và đặt sang một bên. Cho tất cả hỗn hợp gia vị vào máy xay gia vị và xay thành bột mịn.

b) Đun nóng 2 muỗng canh dầu hạt cải trong chảo lớn và nấu gừng và tỏi cho đến khi có màu nâu nhạt. Thêm hành tây và nấu, khuấy, cho đến khi màu nâu sẫm. Giảm nhiệt xuống một chút nếu chúng bắt đầu bắt lửa. Thêm cà chua và ớt xanh, trộn đều và nấu thêm 4-5 phút nữa. Thêm hỗn hợp gia vị và nấu thêm vài phút nữa.

c) Thêm mật lựu và đun trên lửa nhỏ.

d) Làm nóng chảo chống dính rồi cho thịt cừu vào. Cho thịt vào rán vàng đều các mặt rồi cho thịt vào chảo hành tây trộn đều. Thêm 600ml nước từ ấm và khuấy đều. Để lửa nhỏ trở lại, sau đó đậy nắp chảo và nấu ở lửa vừa trong 1 giờ hoặc cho đến khi mềm, thỉnh thoảng khuấy.

e) Trong khi đó, ngâm gạo basmati trong 30 phút trong nước lạnh, sau đó để ráo nước. Thêm bơ vào chảo cùng với cơm và chiên trong vài phút. Thêm 300ml nước sôi, trộn đều và đậy nắp lại. Sau khoảng 5-7 phút, khi tất cả nước đã được hấp thụ, bắc chảo ra khỏi bếp. Đậy chảo bằng khăn trà sạch sau đó đậy nắp lại. Nghỉ ngơi trong 5 phút trước khi phục vụ.

f) Trộn tất cả các thành phần raita với ½ muỗng cà phê muối và phục vụ với một vài hạt lựu.

g) Phục vụ món cà ri thịt cừu với cơm, raita, rắc rau mùi xắt nhỏ và thêm hạt lựu.

59. Súp lựu Ba Tư

Làm cho: 6-8

THÀNH PHẦN:
- ¼ chén dầu ô liu, cộng thêm cho topping
- 1 củ hành vàng, thái hạt lựu
- 3 tép tỏi, băm nhỏ
- ¾ chén đậu Hà Lan vàng
- ½ chén đậu lăng
- ½ chén đậu xanh
- ½ chén lúa mạch ngọc trai
- 1 củ cải lớn, thái hạt lựu nhỏ
- 2 muỗng cà phê thì là
- 1 muỗng cà phê bột nghệ
- 12 chén nước dùng rau hoặc nước
- 2 muỗng canh bạc hà khô
- ½ chén mật lựu
- 1 bó rau mùi thái nhỏ
- 1 cốc labneh hoặc sữa chua đặc
- Hạt của 1 quả lựu
- Muối và tiêu

HƯỚNG DẪN:
f) Đun nóng dầu trong một cái chảo lớn trên lửa vừa và nấu hành tây trong khoảng 10 phút cho đến khi nó bắt đầu chuyển sang màu nâu, khuấy thường xuyên.

g) Thêm tỏi, đậu, lúa mạch, củ cải đường, gia vị và 2 muỗng cà phê muối. Khuấy đều với hành tây đã nấu chín, sau đó thêm nước dùng hoặc nước và đun sôi.

h) Hạ nhỏ lửa và đun nhỏ lửa, đậy nắp trong 1 tiếng rưỡi, cho đến khi đậu và lúa mạch mềm.

i) Trong khi súp vẫn đang sôi, cho bạc hà khô và mật lựu vào khuấy đều, nêm muối và tiêu cho vừa ăn.

j) Phục vụ ấm áp với một giọt dầu ô liu và một ít sữa chua, và rắc nhiều rau mùi và hạt lựu.

60. Súp Cà Tím & Mograbieh

Làm cho: 4

THÀNH PHẦN

- 5 quả cà tím nhỏ (tổng cộng khoảng 2½ lb / 1,2 kg)
- dầu hướng dương, để chiên
- 1 củ hành tây, thái lát (tổng cộng khoảng 1 cốc / 125 g)
- 1 muỗng canh hạt thì là, mới xay
- 1½ muỗng cà phê bột cà chua
- 2 quả cà chua lớn (tổng cộng 12 oz / 350 g), gọt vỏ và thái hạt lựu
- 1½ cốc / 350 ml nước dùng gà hoặc rau
- 1⅓ cốc / 400 ml nước
- 4 tép tỏi, đập dập
- 2½ muỗng cà phê đường
- 2 muỗng canh nước cốt chanh tươi
- ⅓ cốc / 100 g mograbieh, hoặc loại thay thế, chẳng hạn như maftoul, fregola hoặc couscous khổng lồ (xemphần về Couscous)
- 2 muỗng canh húng quế xắt nhỏ, hoặc 1 muỗng canh thì là xắt nhỏ, tùy chọn
- muối và hạt tiêu đen mới xay

HƯỚNG DẪN

a) Bắt đầu bằng cách đốt ba quả cà tím. Để làm điều này, hãy làm theo các hướng dẫn choCà tím cháy với tỏi, chanh và hạt lựu.

b) Cắt cà tím còn lại thành xúc xắc ⅔-inch / 1,5cm. Đun nóng khoảng ⅔ cốc / 150 ml dầu trong chảo lớn trên lửa vừa và cao. Khi nó nóng, thêm xúc xắc cà tím. Chiên trong 10 đến 15 phút, khuấy thường xuyên, cho đến khi có màu đều; thêm một chút dầu nếu cần để luôn có một ít dầu trong chảo. Vớt cà ra, cho vào rổ để ráo nước, rắc muối.

c) Đảm bảo rằng bạn còn khoảng 1 muỗng canh dầu trong chảo, sau đó thêm hành tây và thìa là và xào trong khoảng 7 phút, khuấy thường xuyên. Thêm bột cà chua và nấu thêm một phút nữa trước khi thêm cà chua, nước dùng, nước, tỏi, đường, nước cốt chanh, 1½ thìa cà phê muối và một ít hạt tiêu đen. Đun nhỏ lửa trong 15 phút.

d) Trong khi đó, đun sôi một nồi nhỏ nước muối và thêm mograbieh hoặc chất thay thế. Nấu cho đến khi chín; điều này sẽ thay đổi tùy theo nhãn hiệu nhưng sẽ mất từ 15 đến 18 phút (kiểm tra gói). Xả và làm mới dưới nước lạnh.

e) Chuyển thịt cà tím bị cháy vào súp và xay thành chất lỏng mịn bằng máy xay cầm tay. Thêm mograbieh và cà tím chiên, giữ lại một ít để trang trí ở cuối và đun nhỏ lửa thêm 2 phút nữa. Nếm và điều chỉnh gia vị. Phục vụ nóng, với mograbieh dành riêng và cà tím chiên bên trên và trang trí với húng quế hoặc thì là, nếu bạn thích.

61. Cà ri súp lơ nấu chậm

Làm cho: 6

THÀNH PHẦN
a) 1 pound khoai tây non, giảm một nửa nếu lớn
b) 1 súp lơ đầu lớn, cắt thành hoa
c) 2 lon nước cốt dừa 14 oz
d) ¼ chén sốt cà ri đỏ kiểu Thái
e) 2 muỗng canh nước tương natri thấp
f) 2 chén nước dùng rau ít natri
g) ½ muỗng cà phê hạt thì là
h) 1 muỗng canh mật lựu
i) 2 chén rau bina tươi
j) 1 thanh quế
k) muối và hạt tiêu Kosher
l) Naan tươi, để phục vụ
m) Arils từ 1 quả lựu để phục vụ
n) Cơm trắng, rau mùi và chanh, để phục vụ

HƯỚNG DẪN:
a) Trong nồi nấu chậm, kết hợp nước cốt dừa, bột cà ri, nước tương, nước dùng và mật đường.
b) Thêm khoai tây, súp lơ, thì là và quế, sau đó nêm muối và hạt tiêu.
c) Nấu ít nhất 5 đến 6 giờ ở nhiệt độ thấp hoặc 3 đến 4 giờ ở nhiệt độ cao.
d) Cho cải bó xôi vào xào, sau đó đậy nắp và nấu trong 5 phút hoặc cho đến khi mềm.
e) Dọn món cà ri ra bát có rắc hạt lựu, chanh và ngò. Phục vụ tốt nhất với naan tươi.

62. Khế sốt xoài cam

Làm cho: 2-3

THÀNH PHẦN
- Khế: 1 quả chín (tươi, gọt vỏ, bỏ hạt và thái lát)
- Nước cam: 1 cốc
- Xoài: 1 quả chín, tươi
- Đường nâu: ¼ chén
- Nước cốt dừa: 1 chén
- Hạt lựu/quả anh đào: một nắm, tươi

HƯỚNG DẪN:
a) Xếp các lát khế vào nồi trên bếp lửa.
b) Thêm nước cam vào hỗn hợp. Vặn lửa to và liên tục khuấy cho đến khi nước bắt đầu sôi.
c) Giảm nhiệt xuống thấp và để nước sôi trong 10 phút.
d) Trong máy xay, xay nhuyễn xoài. Xay cho đến khi hỗn hợp mịn và nhuyễn.
e) Khi khế gần d1 thì cho đường/bột ngọt vào trộn đều cho tan.
f) Lấy nồi ra khỏi ngọn lửa.
g) Khuấy xoài xay nhuyễn cho đến khi nó được kết hợp hoàn toàn. Điều chỉnh lượng đường theo ý thích của bạn.
h) Xếp 3 lát khế vào mỗi đĩa với đủ nước sốt phủ kín trái khế.
i) Rưới một ít nước cốt dừa lên trên.

ĐIỀU KIỆN

63. Hummus với bí ngô và lựu

Thực hiện: 4 phần ăn

THÀNH PHẦN
- 1 chén đậu xanh nấu chín
- 1 chén Bí ngô, nấu chín và nghiền, hoặc bí ngô đóng hộp
- 2 muỗng canh Tahini, orig được gọi cho 1/3 cốc
- ¼ chén mùi tây tươi, băm nhỏ
- 3 tép tỏi, băm nhỏ
- 2 quả lựu

a) Bánh mì pita, tách đôi và hâm nóng, hoặc các loại bánh quy giòn khác, bánh mì, rau

b) Nghiền đậu xanh, bí ngô, tahini, rau mùi tây và tỏi cho đến khi mịn.

c) Chuyển sang đĩa phục vụ.

d) Bánh mì mở quả lựu và tách hạt ra khỏi màng bên trong. Rắc hạt anh ấy lên trên món khai vị đã được ướp lạnh hoặc ở nhiệt độ phòng cùng với bánh pita hoặc các loại "gáo" khác.

64. Hummus với thịt cừu đất

Khẩu phần: 8

Thành phần
- ⬜10 ounce hummus (1 chất béo lành mạnh)
- ⬜12 ounces thịt cừu, xay (2 nạc)
- ⬜½ chén hạt lựu (1/2 chất béo lành mạnh)
- ⬜¼ chén rau mùi tây, xắt nhỏ (1/4 xanh)
- ⬜1 muỗng canh dầu ô liu (1/8 gia vị)

Hướng
a) Cho dầu ăn vào chảo ở nhiệt độ trung bình cao, cho thịt vào rán trong 15 phút, thường xuyên đảo đều.
b) Trải hummus ra đĩa, rải thịt cừu xay lên khắp, cũng rải hạt lựu và rau mùi tây và dùng kèm với khoai tây chiên như một món ăn nhẹ.

65. <u>Muhammara</u>

Phục vụ 6 đến 8 người (làm khoảng 1½ cốc) | Thời gian hoạt động 15 phút

Tổng thời gian 15 phút

1 chén ớt đỏ nướng, xắt nhỏ

½ chén quả óc chó, nướng

⅓ cốc vụn bánh quy giòn

3 củ hành lá, xắt nhỏ

¼ chén dầu ôliu nguyên chất

1½ muỗng canh mật lựu

4 muỗng cà phê nước cốt chanh

1½ muỗng cà phê ớt bột

1 muỗng cà phê thì là

½ muỗng cà phê muối ăn

⅛ muỗng cà phê ớt cayenne

Chế biến tất cả các nguyên liệu trong máy xay thực phẩm cho đến khi tạo thành hỗn hợp nhuyễn thô đồng nhất, khoảng 15 giây, cạo xuống thành bát giữa chừng trong quá trình chế biến. Chuyển sang bát và phục vụ.

66. Mật lựu

THÀNH PHẦN
4 cốc nước ép lựu
1/2 chén đường
1/4 cốc nước cốt chanh
HƯỚNG DẪN

Kết hợp tất cả các thành phần trong nồi và đun sôi ở nhiệt độ trung bình cao.

Giảm nhiệt và đun nhỏ lửa cho đến khi hỗn hợp đặc và sệt lại, thỉnh thoảng khuấy (khoảng 1 giờ).

Tắt bếp và để nguội hoàn toàn trước khi sử dụng.

67. salsa lựu

THÀNH PHẦN

1 quả lựu, bỏ hạt
2 quả bơ chín, thái hạt lựu
1 củ hành đỏ nhỏ, thái hạt lựu
1 hạt tiêu jalapeño, bỏ hạt và băm nhỏ
2 muỗng canh rau mùi tươi xắt nhỏ
2 muỗng canh nước cốt chanh
muối để hương vị
HƯỚNG DẪN

Trong một bát lớn, kết hợp tất cả các thành phần và khuấy nhẹ.
Phục vụ ngay lập tức hoặc làm lạnh cho đến khi sẵn sàng sử dụng.

68. Sốt BBQ lựu

THÀNH PHÂN

2 chén nước sốt cà chua
1/2 chén mật lựu
1/4 chén giấm táo
1/4 cốc mật ong
1 muỗng canh nước sốt Worrouershire
1 muỗng cà phê bột tỏi
1/2 muỗng cà phê bột hành
Muối và hạt tiêu cho vừa ăn

HƯỚNG DẪN

Trong một cái chảo vừa, kết hợp tất cả các thành phần và đánh cho đến khi mịn.

Đun sôi trên lửa vừa, thỉnh thoảng khuấy và nấu cho đến khi đặc lại (khoảng 20-25 phút).

Tắt bếp và để nguội trước khi sử dụng.

69. men lựu

THÀNH PHẦN

1 cốc nước ép lựu
1/2 chén mật ong
1/4 chén giấm balsamic
1/4 chén nước tương
2 tép tỏi, băm nhỏ
1 muỗng cà phê gừng tươi nạo
Muối và hạt tiêu cho vừa ăn

HƯỚNG DẪN

Trong một cái chảo nhỏ, kết hợp tất cả các thành phần và đánh cho đến khi kết hợp tốt.

Đun sôi trên lửa vừa, thỉnh thoảng khuấy và nấu cho đến khi đặc lại (khoảng 15-20 phút).

Tắt bếp và để nguội trước khi sử dụng.

70. <u>mù tạt lựu</u>

THÀNH PHẦN

1/2 chén hạt mù tạt vàng
1/2 cốc nước ép lựu
1/4 chén giấm táo
2 thìa mật ong
1/2 thìa cà phê muối

HƯỚNG DẪN

Trong một cái bát, kết hợp hạt mù tạt và nước ép lựu. Che và làm lạnh qua đêm.

Trong máy xay sinh tố hoặc máy xay thực phẩm, kết hợp hạt mù tạt đã ngâm, giấm táo, mật ong và muối. Xay đến khi mịn. Chuyển vào lọ và làm lạnh cho đến khi sẵn sàng sử dụng.

71. Giấm lựu

THÀNH PHẦN

1/4 chén mật lựu
1/4 chén giấm rượu vang đỏ
2 muỗng canh mù tạt Dijon
1 tép tỏi, băm nhỏ
1/2 thìa cà phê muối
1/4 muỗng cà phê tiêu đen
1/2 chén dầu ô liu

HƯỚNG DẪN

Trong một cái bát nhỏ, trộn đều mật đường lựu, giấm rượu vang đỏ, mù tạt Dijon, tỏi, muối và hạt tiêu.

Rưới từ từ dầu ô liu vào, đánh liên tục cho đến khi nước sốt được nhũ hóa.

Chuyển vào lọ và làm lạnh cho đến khi sẵn sàng sử dụng.

72. mứt lựu

THÀNH PHẦN

4 chén hạt lựu
1 chén đường
1/4 cốc nước cốt chanh

HƯỚNG DẪN

Trong một cái chảo, kết hợp hạt lựu, đường và nước cốt chanh.

Đun sôi trên lửa vừa và cao, thỉnh thoảng khuấy và nấu cho đến khi hỗn hợp đặc lại và giống như mứt (khoảng 30-35 phút).

Tắt bếp và để nguội trước khi sử dụng.

73. Saffron Aioli lựu

THÀNH PHẦN

1 lòng đỏ trứng gà
1 muỗng canh mù tạt Dijon
1 tép tỏi, băm nhỏ
1/2 thìa cà phê muối
1/4 muỗng cà phê tiêu đen
1/2 chén dầu ô liu
1/4 cốc nước ép lựu
1/4 muỗng cà phê sợi nghệ tây

HƯỚNG DẪN

Trong một cái bát nhỏ, đánh đều lòng đỏ trứng, mù tạt Dijon, tỏi, muối và hạt tiêu.

Rưới từ từ dầu ô liu vào, đánh liên tục cho đến khi hỗn hợp đặc và nhũ hóa.

Trong một bát riêng, trộn đều nước ép lựu và sợi nghệ tây cho đến khi nghệ tây hòa tan.

Gấp hỗn hợp nghệ tây vào aioli và làm lạnh cho đến khi sẵn sàng sử dụng.

74. Tzatziki lựu

THÀNH PHẦN

1 cốc sữa chua Hy Lạp nguyên chất
1/2 chén dưa chuột nạo
1 tép tỏi, băm nhỏ
2 muỗng canh thì là tươi xắt nhỏ
2 muỗng canh hạt lựu
Muối và hạt tiêu cho vừa ăn

HƯỚNG DẪN

Trong một cái bát, kết hợp sữa chua Hy Lạp, dưa chuột bào, tỏi, thì là và hạt lựu.
Nêm muối và hạt tiêu cho vừa ăn.
Làm lạnh trong tủ lạnh ít nhất 1 giờ trước khi dùng.

75. tương ớt lựu

THÀNH PHẦN

2 chén hạt lựu
1/2 chén quả mơ khô xắt nhỏ
1/2 chén ngày xắt nhỏ
1/2 chén quả óc chó xắt nhỏ
1/2 chén đường
1/2 chén giấm táo
1 muỗng cà phê gừng tươi nạo
1/2 muỗng cà phê bột quế
1/4 thìa cà phê đinh hương xay
1/4 muỗng cà phê ớt cayenne

HƯỚNG DẪN

Trong một cái chảo, kết hợp tất cả các thành phần và đun sôi ở nhiệt độ trung bình cao.
Giảm nhiệt và đun nhỏ lửa cho đến khi hỗn hợp đặc lại và giống như mứt (khoảng 45-50 phút).
Tắt bếp và để nguội trước khi sử dụng.

MÓN TRÁNG MIỆNG

76. Lựu sở hữu với biscotti quả hồ trăn

Làm cho: 4-6

THÀNH PHẦN
DÀNH CHO NGƯỜI CÓ QUYỀN
- 180ml nước lựu
- kem đôi 600ml
- 135g đường cát
- Vỏ của ½ quả chanh

CHO BISCOTTI
- 250g bột mì
- 1 muỗng canh bột nở
- 250g đường cát
- 110g hạt dẻ cười
- Vỏ của ½ quả chanh
- 2 quả trứng
- 1 lòng đỏ trứng gà

PHỤC VỤ
- 50g hạt lựu
- Vỏ của 1 quả chanh

HƯỚNG DẪN:
a) Để làm món ăn, hãy cho tất cả nguyên liệu vào chảo cỡ vừa. Đun sôi trong khi khuấy bằng máy đánh trứng, sau đó vặn nhỏ lửa và đun nhỏ lửa trong 4 phút.

b) Đổ hỗn hợp qua một cái rây mịn, hớt bọt bằng thìa hoặc muôi để đảm bảo món ăn của bạn có một lớp hoàn thiện sạch mịn, sau đó rót vào ly phục vụ mà bạn chọn.

c) Đối với biscotti, trộn bột mì, bột nở, đường, quả hồ trăn và vỏ chanh. Trong một bát khác, đánh trứng và lòng đỏ trứng với nhau.

d) Thêm trứng vào nguyên liệu khô dần dần, trộn liên tục cho đến khi bột kết hợp với nhau. Cán thành hình bầu dục sâu 3cm và làm lạnh trong tủ lạnh trong một giờ. Trong khi đó, làm nóng lò ở 180C/350F/khí gas 4.

e) Lấy ra khỏi tủ lạnh và đặt lên khay nướng có lót giấy nướng. Cho vào lò nướng 20 phút rồi để nguội.

f) Sau khi nguội, cắt thành lát dày 1 cm, ở một góc. Đặt các lát trở lại khay nướng, vặn lò xuống 140C/275F/khí gas 1 và nướng trong 6-10 phút, cho đến khi các lát được đặt ở giữa. Lấy ra và đặt trên giá làm mát.

g) Để phục vụ, hãy đặt những hạt lựu tươi lên trên vật sở hữu, với vỏ chanh bào và bánh quy ở bên cạnh.

77. Bánh trứng đường hoa hồng với hạt lựu

Làm cho: 6-8

THÀNH PHẦN
- 6 lòng trắng trứng
- 300g đường cát
- 1 muỗng canh bột ngô
- 1 muỗng cà phê nước hoa hồng
- Hạt của 1 quả lựu
- Đường tinh

HƯỚNG DẪN:
a) Làm nóng lò ở 250F.

b) Thêm lòng trắng trứng vào tô và đánh ở tốc độ trung bình cho đến khi đặc lại. Thêm 1/3 lượng đường và đánh ở tốc độ cao hơn.

c) Thêm một phần ba đường và đánh cho đến khi đường tan hết.

d) Thêm phần đường còn lại và đánh ở tốc độ cao nhất cho đến khi bọt bóng và tạo thành các đỉnh cứng. Cẩn thận đừng đánh quá tay nếu không bánh trứng đường sẽ bị xẹp.

e) Dùng thìa gỗ khuấy bột ngô và nước hoa hồng cho vừa ăn.

f) Lót một tấm nướng bánh bằng giấy nướng và sắp xếp các khối bánh trứng đường theo bất kỳ cách nào bạn muốn.

g) Nướng trong khoảng 2 giờ.

h) Lấy meringue ra khỏi lò và để nguội.

i) Để phục vụ, rắc hạt lựu và một chút đường bột để thưởng thức.

78. Sữa chua Hy Lạp với lựu và quế

Làm cho: 2

THÀNH PHẦN

- 25g hồ đào, đại khái xắt nhỏ
- 300g sữa chua Hy Lạp
- 4 muỗng cà phê mật ong
- ¼ hạt lựu
- Một nhúm quế xay

HƯỚNG DẪN:

a) Trong một chiếc chảo nhỏ, khô, nướng nhẹ quả hồ đào vừa đủ để làm nổi bật hương vị và làm giòn chúng. Đặt sang một bên để làm mát.

b) Múc sữa chua ra hai bát, cho một nắm nhỏ các loại hạt lên trên, rưới mật ong lên và kết thúc bằng một ít hạt lựu và quế. Phục vụ ngay lập tức.

79. Ổ bánh chà là và hồ đào với mật lựu

Thực hiện: 10-12 lát

THÀNH PHẦN

- 185g chà là, xắt nhỏ
- 50ml sữa tươi
- 100ml mật lựu, cộng thêm cho mưa phùn
- 125g đường nâu nhạt mềm
- 125g bơ không muối, lạnh, cắt khối, cộng thêm cho hộp thiếc
- 250g bột mì tự nở
- ½ muỗng cà phê bicarbonate soda
- ¼ muỗng cà phê gia vị hỗn hợp
- một nhúm gừng xay lớn
- 2 quả trứng vừa, bị đánh
- 75g quả hồ đào, đại khái xắt nhỏ
- kem để phục vụ

HƯỚNG DẪN:

a) Cho chà là vào bát và đổ sữa cộng với 150ml nước sôi, ngâm trong một giờ.

b) Cho mật mía và đường vào chảo, đun trên lửa nhỏ cho đến khi đường tan hết.

c) Làm nóng lò nướng ở nhiệt độ 180C, phết bơ và lót đế và các đầu của khuôn bánh mì 900g bằng giấy nướng.

d) Xoa bơ lạnh vào bột bằng ngón tay hoặc đánh trong máy xay thực phẩm cho đến khi nó giống như vụn bánh mì nhỏ. Khuấy bicarb và gia vị.

e) Khuấy trứng vào xi-rô mật đường với chà là đã ngâm và chất lỏng của chúng, sau đó khuấy cùng với các nguyên liệu khô.

f) Khuấy trong ⅔ số hồ đào. Đổ vào hộp và rắc lên các loại hạt còn lại.

g) Nướng trong 45-55 phút hoặc cho đến khi chỉ còn những mẩu vụn ẩm dính vào xiên chọc vào giữa. Dùng giấy bạc che lại nếu trời hơi tối.

h) Để nguội, sau đó dùng với kem và một ít mật lựu.

80. Bánh nướng xốp cam lựu

Làm: 12 bánh nướng xốp

THÀNH PHẦN
- 8 muỗng canh bơ không ướp muối
- 2 ½ chén bột mì đa dụng
- 1 ½ muỗng cà phê bột nở
- ½ muỗng cà phê baking soda
- ¼ muỗng cà phê muối
- ½ chén đường cát
- ¼ chén đường nâu
- ¼ muỗng cà phê muối
- 2 quả trứng, đánh nhẹ
- 1 cốc bơ sữa
- 1 muỗng canh vỏ cam
- 1 muỗng cà phê vani
- 2 chén hạt lựu

HƯỚNG DẪN
a) Làm nóng lò nướng ở nhiệt độ 400 độ F và bôi mỡ hộp bánh muffin bằng bơ.

b) Trong một bát lớn, rây bột mì, bột nở, baking soda, đường và muối. Để qua một bên.

c) Trong chảo cỡ vừa trên lửa vừa, làm tan chảy bơ. Thỉnh thoảng khuấy đều để đảm bảo bơ chín đều. Khi bơ tan chảy, nó sẽ bắt đầu sủi bọt và màu sẽ đậm hơn. Liên tục cạo đáy chảo để loại bỏ bất kỳ thông số kỹ thuật màu nâu nào. Khi bạn bắt đầu ngửi thấy mùi thơm của hạt dẻ, hãy lấy bơ đã chín vàng ra khỏi bếp và để nguội. Cẩn thận để không bị bỏng.

d) Trong một bát riêng, đánh trứng, bơ sữa, vỏ cam, vani và bơ nâu đã nguội gần hết với nhau. Tạo một cái giếng trong nguyên liệu khô và đổ nguyên liệu lỏng vào. Gấp lại với nhau và không trộn quá nhiều. Gấp trong các màng hạt lựu.

e) Múc bột vào khuôn bánh muffin đã bôi mỡ và nướng trong lò đã làm nóng trước cho đến khi có màu vàng nâu, khoảng 20-30 phút.

f) Kiểm tra bằng cách cho dụng cụ thử bánh vào giữa bánh muffin và đảm bảo bột đã chín hoàn toàn. Khi nấu xong, lấy ngay ra khỏi hộp bánh muffin và để nguội trên giá làm mát.

81. Sorbet gừng lựu

Làm cho: 1 Quart

THÀNH PHẦN
- 1 chén đường cát
- ½ cốc nước
- 1 muỗng canh gừng tươi xắt nhỏ
- 2 cốc nước ép lựu 100%
- ¼ cốc rượu mùi St. Germain tùy chọn

TRÌNH BÀY:
- hạt lựu tươi tùy chọn

HƯỚNG DẪN

a) Kết hợp đường, nước và gừng trong một cái chảo nhỏ. Đun sôi, giảm nhiệt và đun nhỏ lửa, thỉnh thoảng khuấy cho đến khi đường tan hoàn toàn. Chuyển sang hộp đựng, đậy nắp và để nguội hoàn toàn trong tủ lạnh. Quá trình này sẽ mất ít nhất 20 đến 30 phút hoặc lâu hơn.

b) Khi xi-rô đơn giản đã nguội, lọc xi-rô qua một cái rây có mắt lưới mịn đặt trên một bát trộn lớn. Vứt bỏ các miếng gừng. Thêm nước lựu và rượu mùi St. Germain vào bát với xi-rô. Đánh đều với nhau.

c) Khuấy hỗn hợp trong máy làm kem theo hướng dẫn của nhà sản xuất. Sorbet đã sẵn sàng khi nó giống như kết cấu của một lớp bùn đặc.

d) Chuyển chất hấp thụ vào hộp kín, phủ bề mặt bằng màng bọc thực phẩm và để đông lạnh thêm 4 đến 6 giờ hoặc lý tưởng nhất là để qua đêm. Phục vụ và trang trí với hạt lựu tươi.

82. Cheesecake cam lựu

Thực hiện: 8-10 lát

THÀNH PHẦN

- 250g bánh tiêu hóa
- 100g bơ, đun chảy
- 600g phô mai kem béo
- vỏ 3 quả cam - cắt múi để trang trí
- 3 muỗng canh sữa
- 100g đường cát
- kem đôi 150ml
- 1 hạt lựu

HƯỚNG DẪN

a) Nghiền nát bánh quy một cách thô bạo – hoặc cho chúng vào túi đựng thực phẩm bằng nhựa và nghiền nát bằng một cây lăn hoặc nghiền chúng trong máy xay thực phẩm thành những mẩu vụn nhỏ. Chuyển sang một cái bát, trộn bơ tan chảy và cho vào hộp thiếc lò xo 23cm. Dùng ngón tay hoặc mặt sau của thìa ấn đều hỗn hợp bánh quy để tạo thành phần đế. Làm lạnh cho đến khi thiết lập, khoảng 30 phút.

b) Cho phô mai mềm, vỏ, sữa và đường bột vào tô và trộn bằng máy trộn điện cho đến khi mịn. Thêm kem và đánh cho đến khi hỗn hợp có độ đặc của sữa trứng đặc. Đổ nhân lên đế bánh quy và dàn đều. Quay trở lại tủ lạnh và làm lạnh cho đến khi đông lại, ít nhất 4 giờ hoặc qua đêm.

c) Để phục vụ, rắc các múi cam lên trên và rắc hạt lựu lên trên.

83. Tart kem lựu

Thực hiện: 8 lát

THÀNH PHẦN
- 1 vỏ bánh cuốn lạnh
- 8 ounce pho mát kem, làm mềm
- 1 ½ chén đường bột
- 2 ½ cốc màng hạt lựu tươi, từ 2-3 quả lựu
- 3 muỗng canh mứt nam việt quất, hoặc anh đào
- 2 muỗng cà phê bột bắp

HƯỚNG DẪN

a) Làm nóng lò nướng ở nhiệt độ 450 độ F. Rắc bột lên bề mặt làm việc và nhẹ nhàng lăn lớp vỏ bánh ra. Sau đó, cẩn thận lắp lớp vỏ bánh vào chảo tart 8 đến 9 inch.

b) Nhấn lớp vỏ vào các cạnh vỏ sò của chảo tart. Sau đó ấn dọc theo mép chảo để cắt bỏ lớp vỏ thừa.

c) Dùng nĩa chọc vào đáy đế bánh để khi nướng bánh không bị nổi bọt. Sau đó cho vào tủ lạnh để giữ lạnh trong khi chờ lò làm nóng trước.

d) Khi lò nóng, nướng lớp vỏ trong khoảng 10 phút, cho đến khi vàng. Để nguội hoàn toàn trước khi đổ đầy.

e) Trong khi đó, loại bỏ các màng ngoài của quả lựu và loại bỏ vỏ và màng.

f) Đong 2 ½ chén arils. Nếu chúng bị ướt, hãy lau khô chúng trên khăn giấy.

g) Trong bát của máy trộn đứng, thêm pho mát kem và đường bột. Bắt đầu ở mức thấp và đánh đường vào pho mát kem. Tăng tốc độ cho đến khi tất cả các cục được loại bỏ.

h) Sau khi vỏ bánh nguội đến nhiệt độ phòng, phết kem vào đáy vỏ bánh. Sự ớn lạnh.

i) Đặt mứt và bột ngô vào một cái bát an toàn với lò vi sóng. Trộn đều, sau đó cho vào lò vi sóng quay trong 1 phút để các nguyên liệu tan chảy và hòa quyện vào nhau. Nó nên được đun sôi. Nếu không, hãy cho vào lò vi sóng thêm 30-60 giây nữa.

j) Khuấy đều, sau đó trộn trong màng hạt lựu. Khuấy cho đến khi được phủ đều. Trải các hạt lựu trên bề mặt của bánh tart. Thư giãn trong 1 giờ hoặc cho đến khi sẵn sàng phục vụ.

84. Cobbler táo lựu

Làm cho: 4

THÀNH PHẦN

- 1 cốc POM Nước ép lựu 100% tuyệt vời
- 5 quả táo Granny Smith; bóc vỏ và thái lát
- 1 cốc mật ong chia
- 1 thìa cà phê quế
- 2 muỗng canh bột bắp
- 2 muỗng canh sữa ít béo
- 1 chén bột mì nguyên chất
- 1 muỗng cà phê bột nở
- ½ chén yến mạch
- ⅓ chén bơ; tan chảy
- ¼ chén nước sốt táo không đường
- 1 quả trứng; đánh nhẹ
- Sữa chua vani đông lạnh và hạt lựu; tùy chọn cho topping

HƯỚNG DẪN

o) Làm nóng lò ở nhiệt độ 375 độ F. Xịt nhẹ một đĩa nướng 8 x 8 inch bằng bình xịt nấu ăn và đặt sang một bên.

p) Trong một cái chảo nhỏ, đun sôi Nước ép lựu POM Wonderful 100% trong khoảng 10-15 phút cho đến khi nước ép rút bớt. Nó sẽ giảm xuống còn khoảng ¾ cốc.

q) Trong khi chờ đợi, cắt táo và đặt chúng vào một bát trộn lớn. Đổ ½ cốc mật ong, ½ thìa quế và ¼ cốc yến mạch lên trên táo. Khuấy bằng thìa gỗ cho đến khi táo được phủ đều. Đổ Nước ép lựu 100% POM Wonderful đã giảm vào bát và cho táo vào.

r) Trong một bát nhỏ, trộn sữa và bột ngô với nhau cho đến khi kết hợp. Nên có cục u tối thiểu. Đổ vào bát táo và tiếp tục khuấy cho đến khi tất cả các thành phần được kết hợp.

s) Đối với lớp phủ bên trên: Trong một bát nhỏ, khuấy bơ tan chảy, bột mì, bột nở, ¼ cốc yến mạch, ½ cốc mật ong và nước sốt táo cho đến khi tạo thành một khối bột nhẹ. Nó sẽ hơi dính.

t) Múc bột lên trên những quả táo và dùng thìa dàn đều. Điều này không nhất thiết phải hoàn hảo và bạn không cần phải phủ bột lên tất cả các quả táo. Chải mặt trên của đá cuội bằng một quả trứng.

u) Nướng trong 30-35 phút cho đến khi bánh có màu vàng nâu. Múc sữa chua hoặc kem đông lạnh lên trên và rắc hạt lựu tươi!

85. Panna cotta lựu

THÀNH PHẦN

- 1/2 gói kem tươi
- 1 muỗng canh đường
- 11/2 cốc sữa
- 1 muỗng cà phê gelatin
- 1 cốc nước ép lựu
- 1 muỗng cà phê tinh chất vani

HƯỚNG DẪN:

a) Rắc gelatin lên sữa và để nghỉ 10 phút

b) Kem nóng thêm đường và tinh chất vani

c) Trộn hỗn hợp gelatin đổ vào ly

d) Cho vào tủ lạnh qua đêm

e) Đun nóng nước lựu thêm hỗn hợp gelatin đổ lên panna cotta của bạn

f) Cho vào tủ lạnh qua đêm

g) Trang trí với lựu tươi

86. Bát bánh phô mai bí ngô

Làm cho: 4

THÀNH PHẦN
- 4 ounce pho mát kem, làm mềm
- 1 cốc sữa chua Hy Lạp nguyên chất, cộng với nhiều hơn cho topping
- 1 chén bí ngô nghiền
- ¼ chén xi-rô phong
- 1 muỗng cà phê chiết xuất vani
- 2 muỗng cà phê bột quế
- 1 muỗng cà phê gừng xay
- ½ muỗng cà phê hạt nhục đậu khấu
- Muối biển tốt
- 1 chén granola
- Hạt bí ngô nướng
- Hồ đào xắt nhỏ
- hạt lựu
- Ngòi cacao

HƯỚNG DẪN:
- Thêm pho mát kem, sữa chua, bí ngô nghiền nhuyễn, xi-rô cây thích, vani, gia vị và một chút muối vào bát của máy xay thực phẩm hoặc máy xay sinh tố và chế biến cho đến khi mịn và có dạng kem. Chuyển sang một cái bát, đậy nắp và làm lạnh trong tủ lạnh ít nhất 4 giờ.
- Để phục vụ, chia granola giữa các bát tráng miệng. Phủ hỗn hợp bí ngô lên trên, một ít sữa chua Hy Lạp, hạt bí ngô, quả hồ đào, hạt lựu và ngòi ca cao.
- Thêm farro, 1¼ cốc nước và một chút muối vào nồi vừa. Đun sôi, sau đó giảm lửa nhỏ, đậy nắp và đun nhỏ lửa cho đến khi farro mềm và nhai nhẹ, khoảng 30 phút.
- Kết hợp đường, 3 muỗng canh nước còn lại, đậu và hạt vani, và gừng trong một cái chảo nhỏ trên lửa vừa và cao. Đun sôi, khuấy cho đến khi đường tan. Tắt bếp và ngâm trong 20 phút. Trong khi đó, chuẩn bị trái cây.

● Cắt bỏ hai đầu quả bưởi. Đặt trên một bề mặt làm việc bằng phẳng, cắt mặt xuống. Dùng dao sắc gọt bỏ vỏ và cùi trắng theo đường cong của quả, từ trên xuống dưới. Cắt giữa các màng để loại bỏ các phần của quả. Lặp lại quy trình tương tự để gọt vỏ và tách múi cam.

● Loại bỏ và loại bỏ gừng và đậu vani khỏi xi-rô. Để phục vụ, chia farro giữa các bát. Xếp trái cây xung quanh miệng bát, rắc hạt lựu, sau đó rưới xi-rô gừng-vani lên trên.

87. Panna Cotta cam lựu

THÀNH PHẦN

- 1/2 chén kem nặng
- Nước ép và vỏ của 1 quả cam
- 1 muỗng cà phê đường cát
- 1/2 muỗng cà phê chiết xuất vani tốt
- 1 1/2 cốc sữa nguyên chất
- 1 muỗng canh bột gelatin
- 1 1/2 chén nước ép lựu
- 1 muỗng canh bột gelatin
- 2 muỗng cà phê đường cát
- Hạt của 1 quả lựu, để trang trí

HƯỚNG DẪN

a) Để một cái chảo thêm kem, nước cam và vỏ trên lửa vừa. Thêm đường và đun nhỏ lửa. Thêm vani và khuấy đều.

b) Để một bát nhỏ, thêm sữa và rắc gelatin. Để mềm khoảng 5 phút. Khuấy sữa và gelatin vào kem cho đến khi hòa tan.

c) Chia hỗn hợp giữa các ly, nghiêng trong hộp trứng rỗng hoặc hộp bánh nướng xốp. Cho vào tủ lạnh ít nhất 2 tiếng, qua đêm là tốt nhất.

d) Trong khi đó, thêm 1 muỗng canh gelatin vào nước ép lựu và để hòa tan trong 5 phút trong bình định lượng. Thêm vào một cái chảo với đường và đun nhỏ lửa. Để nguội một chút, rót lại vào bình đong và rưới lên panna cotta đã định sẵn. Làm lạnh cho đến khi thiết lập.

e) Trang trí với hạt lựu.

88. Citrus Compote với Granita bưởi

Làm cho: 6

THÀNH PHẦN
- 2 quả bưởi nhỏ
- 1 ½ chén nước ép bưởi đỏ ruby
- 1/3 chén hạt lựu
- ½ cốc nước
- ½ chén đường dừa
- 2 quả cam rốn nhỏ
- 2 quả quýt

HƯỚNG DẪN:
c) Trong một cái chảo nhỏ, đun sôi nước và xi-rô cây phong và khuấy đều.

d) Đặt sang một bên và để nguội trong vài phút.

e) Thêm nước ép bưởi và trộn đều. Chuyển sang đĩa vuông 8 inch và đóng băng trong 1 giờ.

f) Dùng nĩa khuấy đều và để đông lạnh thêm 2-3 giờ nữa cho đến khi đông cứng hoàn toàn. Khuấy 30 phút một lần.

g) Mỗi quả cam nên có một lát mỏng được cắt từ trên xuống dưới. Sử dụng một con dao, loại bỏ vỏ và lớp bên ngoài từ cam.

h) Nên cho những quả quýt đã bóc vỏ và tách múi vào cam và bưởi. Cho hạt lựu vào khuấy nhẹ tay.

i) Để phục vụ, sử dụng một cái nĩa để khuấy granita. Lớp granita và hỗn hợp trái cây xen kẽ thành sáu món tráng miệng.

ĐÔ UÔ NG

89. Kombucha lựu

Làm cho: 1 gallon

THÀNH PHẦN

- 14 cốc nước, chia
- 4 túi trà đen
- 4 túi trà xanh
- 1 chén đường
- 1 SCOBY
- 2 tách trà khởi đầu
- 1 cốc nước ép lựu, chia
- 2 muỗng cà phê nước cốt chanh mới vắt, chia
- 4 lát gừng tươi, chia

HƯỚNG DẪN:

a) Trong một cái chảo lớn, đun nóng 4 cốc nước đến 212°F trên lửa vừa, sau đó nhanh chóng nhấc chảo ra khỏi bếp.

b) Thêm túi trà đen và xanh lá cây, khuấy một lần. Đậy nắp chảo và để trà ngấm trong 10 phút.

c) Loại bỏ các túi trà. Thêm đường và khuấy cho đến khi đường tan hết.

d) Đổ 10 chén nước còn lại vào nồi để làm nguội trà. Kiểm tra nhiệt độ để đảm bảo nhiệt độ dưới 85°F trước khi tiếp tục.

e) Đổ trà vào bình 1 gallon.

f) Rửa và tráng tay thật kỹ, sau đó đặt SCOBY lên bề mặt trà và cho trà khởi động vào bình.

g) Sử dụng một miếng vải trắng sạch, bịt miệng bình và cố định nó vào vị trí bằng dây cao su. Để bình ở nơi ấm áp, khoảng 72°F, để lên men trong 7 ngày.

h) Sau 7 ngày, nếm thử kombucha. Nếu nó quá ngọt, hãy để nó lên men thêm một hoặc hai ngày. Sau khi kombucha hợp khẩu vị với bạn, hãy loại bỏ và dự trữ SCOBY để sử dụng trong tương lai.

i) Dự trữ 2 cốc kombucha cho đợt tiếp theo của bạn trước khi tạo hương vị cho phần còn lại của kombucha.

90. Rượu mùi chanh lựu

Làm cho: 4

THÀNH PHẦN
- 1 chén hạt lựu
- 750ml rượu vodka
- 1 quả chanh, cắt thành nêm

HƯỚNG DẪN:
a) Kết hợp tất cả các thành phần trong một cái lọ.
b) Dốc trong năm ngày, lắc mỗi ngày,
c) Lọc các thành phần truyền dịch.

91. Sữa rửa mặt lựu dưa leo

Thực hiện: 2 phần ăn

THÀNH PHẦN

- 1 quả dưa chuột, xắt nhỏ
- 1 quả chanh, thái lát
- ½ chén nước lựu

HƯỚNG DẪN:

a) Cho nguyên liệu vào bình hoặc lọ thủy tinh.
b) Ngâm trong 2 giờ.

92. nước bưởi

Thực hiện: 2 phần ăn

THÀNH PHẦN
- Nước
- ½ chén lựu
- ¼ chén quả mâm xôi tươi

HƯỚNG DẪN:
a) Đặt các thành phần của bạn trong một cái bình.

b) Nghiền chúng bằng thìa.

c) Đổ đầy bình bằng nước sạch.

d) Khuấy đều và đặt trong tủ lạnh của bạn.

93. Thuốc tiên lựu Ombré

Làm cho: 4

THÀNH PHẦN

- 16 ounce nước cam
- 4 ounces nước ép nam việt quất
- 2 thìa nước cốt gừng
- 3½ ounce quả việt quất tươi + thêm quả mọng để trang trí
- 8 ounce nước ép lựu
- 4 muỗng canh đường, hoặc để nếm

HƯỚNG DẪN:

a) Kết hợp nước ép cam, nam việt quất và gừng.
b) Đậy và làm lạnh cho đến khi lạnh buốt.
c) Xay nhuyễn quả việt quất với nước ép lựu và đường trong máy xay sinh tố.
d) Làm lạnh trong tủ lạnh.
e) Rót hỗn hợp nước ép cam-nam việt quất-gừng vào 4 ly.
f) Top với lựu-blueberry purée.
g) Phục vụ trang trí với quả việt quất tươi.

94. Sangria lựu

Làm cho: 4

THÀNH PHẦN

- 16 ounce nước ép lựu
- 4 ounces nước ép nam việt quất
- 7 ounce trái cây hỗn hợp thái hạt lựu
- 1 muỗng canh đường siêu mịn
- nước cốt 2 quả chanh đá xay
- 9 lá bạc hà, để trang trí

HƯỚNG DẪN:

a) Kết hợp nước ép lựu, nước ép nam việt quất, trái cây thái hạt lựu, đường và nước cốt chanh.
b) Khuấy cho đến khi trộn đều.
c) Đậy và làm lạnh cho đến khi lạnh buốt.
d) Phục vụ trên đá nghiền, trang trí với lá bạc hà.

95. Nước ép dưa hấu lựu

Thực hiện: 2 phần ăn

THÀNH PHẦN
- 1 chén hạt lựu
- ⅓ quả dưa hấu vừa
- 12 quả dâu tây
- 4 nhánh bạc hà

HƯỚNG DẪN:
a) Bỏ vỏ dưa hấu.
b) Cho tất cả nguyên liệu vào máy ép trái cây.

96. Nước trái cây mùa hè mềm

Thực hiện: 2 phần ăn

THÀNH PHẦN
- 1 chén quả việt quất
- 1 muỗng canh lá bạc hà tươi
- ½ chén hạt lựu
- ¼ quả dưa hấu vừa

HƯỚNG DẪN:
a) Để bắt đầu, hãy gọt vỏ dưa hấu.

b) Rửa sạch các nguyên liệu rồi cho qua máy ép. Phục vụ triệt để ướp lạnh.

97. Nước ép lựu nho

Thực hiện: 2 phần ăn

THÀNH PHẦN
- 1 cốc nước ép lựu tươi
- 1 quả chanh, bóc vỏ
- 2 chén nho đỏ
- 4 lá củ cải xanh

HƯỚNG DẪN:
a) Ép các nguyên liệu và chuyển sang ly phục vụ.

98. Sinh tố xương rồng ít calo

Thực hiện: 1–2 phần ăn

THÀNH PHẦN
- ½ chén miếng xương rồng đã rửa sạch và thái hạt lựu
- 1 cốc nước ép lựu

HƯỚNG DẪN:
a) Rửa kỹ các miếng xương rồng dưới vòi nước lạnh rồi cho chúng cùng nước trái cây và đá vào máy xay sinh tố.
b) Xay cho đến khi hóa lỏng hoàn toàn, 1–2 phút.

99. Thạch trân châu lựu thạch chanh

Làm cho: 1 cốc

THÀNH PHẦN
- 1 túi trà xanh
- 250ml nước nóng
- 1 quả chanh, vắt lấy nước
- 2 muỗng canh mật ong
- Trái thạch lựu
- thạch chanh
- Khối nước đá

HƯỚNG DẪN:
a) Ngâm túi trà xanh trong nước nóng trong 15 phút, sau đó cho nước cốt chanh và mật ong vào khuấy đều.

b) Hãy để cơ sở trà của bạn mát mẻ.

c) Trong một ly riêng, cho trái cây tươi, đá viên và thạch chanh đã chuẩn bị vào.

d) Rót trà của bạn lên lớp trên bề mặt và thưởng thức!

100. Sinh tố acai berry chống oxy hóa

Thành phần

ĐỂ CHUẨN BỊ

- 2 (3,88-ounce) gói acai nhuyễn đông lạnh, rã đông
- 1 chén quả mâm xôi đông lạnh
- 1 chén quả việt quất đông lạnh
- 1 chén quả mâm xôi đông lạnh
- 1 chén dâu tây đông lạnh
- ½ chén hạt lựu

PHỤC VỤ

- 1½ cốc nước ép lựu

Hướng

a) Kết hợp quả acai, quả mâm xôi, quả việt quất, quả mâm xôi, dâu tây và hạt lựu trong một bát lớn. Chia hỗn hợp vào 4 túi cấp đông ziplock. Đóng băng trong tối đa một tháng, cho đến khi sẵn sàng phục vụ.

b) Cho hỗn hợp trong một túi vào máy xay sinh tố, thêm ⅓ cốc nước ép lựu và xay cho đến khi mịn. Phục vụ ngay lập tức.

PHẦN KẾT LUẬN

Lựu Makes: một món ăn nhẹ ngon lành và tốt cho sức khỏe với vị ngọt, chua và màu sắc đẹp mắt. Lựu là loại quả tròn, màu nâu đỏ, có kích thước bằng quả cam. Khi bạn bẻ đôi quả, bên trong chứa nhiều hạt nhỏ, bao quanh là thịt quả mọng nước, bùi bùi. Những hạt này được gọi là màng hạt và chứa nước lựu. Không giống như các loại trái cây khác, hạt lựu là phần ăn được duy nhất của quả lựu. Loại trái cây độc đáo này có thể được sử dụng theo nhiều cách ngon miệng, và cuốn sách nấu ăn này sẽ trang bị cho bạn những ý tưởng hay nhất!